# இயற்கையைத் தேடும் கண்கள்

ஆச்சரியப்படுத்தும் இந்திய உயிரினங்கள்

குமரன் சதாசிவம்

தமிழில்: **ஆதி வள்ளியப்பன்**

• பயில் பதிப்பகம் •

3(FF2), லலிதா அடுக்ககம், போலீஸ் குவார்ட்டர்ஸ் சாலை
(தியாகராயநகர் பேருந்து நிலையத்திற்கும் காவல் நிலையத்திற்கும் இடைப்பட்ட சாலை)
தியாகராயநகர், சென்னை - 600 017
Phone: 2434 2771, 2986 0070 Cell: **72000 50073**
e-mail : payilpublications@gmail.com
Website : www.sixthsensepublications.com

Publisher
**Sivagamasundari Thavamani**

Managing Editor
**P. Karthikeyan**

Layout & Cover Design
**Mcreative**

Cover Photo
**R.G. Srikantha**

No part of this book may be reproduced or transmitted in any form without permission in writing from the author or publisher

நீங்கள் Smart Phone உபயோகிப்பவராக இருந்தால் QR Code Reader Application மூலம் இதை Scan செய்தால் நேரடியாக எமது இணையதளத்திற்கு சென்று மேலும் எங்கள் வெளியீடுகள் பற்றிய விவரங்களைப் பெறலாம்.

ISBN : 978-93-93830-02-9

Title:
**Iyarkayai Thedum Kangal**

Author:
**Kumaran Sathasivam, In Tamil: Adhi Valliappan**

Address:
**Payil Pathippagam**
3(FF2), Lalitha Apartments
Police Quarters Road,
(Between Thiyagaraya Nagar Bus Stop & Police Station)
Thiyagaraya Nagar, Chennai - 17
Phone: 2434 2771, 29860070
Cell: **72**000 **5**00**73**

e-mail : payilpublications@gmail.com
Website : www.sixthsensepublications.com

**Pages : 128**

**Price :** ₹ **288/-**
© Kumaran Sathasivam, Adhi Valliappan

தலைப்பு:
இயற்கையைத் தேடும் கண்கள்

நூலாசிரியர்:
குமரன் சதாசிவம், தமிழில்: ஆதி வள்ளியப்பன்

பக்கங்கள்: 128

விலை: ரூ. 288/-

முதற்பதிப்பு :
பிப்ரவரி, 2022

முகவரி:
பயில் பதிப்பகம்
3(FF2), லலிதா அடுக்ககம், போலீஸ் குவார்ட்டர்ஸ் சாலை
(தியாகராயநகர் பேருந்து நிலையத்திற்கும் காவல் நிலையத்திற்கும் இடைப்பட்ட சாலை)
தியாகராயநகர், சென்னை - 600 017
மின்னஞ்சல்: payilpublications@gmail.com
வலைதளம்: www.sixthsensepublications.com

இந்தப் புத்தகத்திலுள்ள எந்த ஒரு பகுதியையும் பதிப்பாளர் மற்றும் எழுத்தாளர் அனுமதியை எழுத்து மூலம் பெறாமல் பதிப்பிக்கக் கூடாது.

சிந்துவெளியின்
ஸேபு மாட்டினம்


## நன்றி

இந்த நூலுக்கு வித்திட்ட மறைந்த ‘க்ரியா’ ராமகிருஷ்ணன்
அணிந்துரை வழங்கிய **சு. தியடோர் பாஸ்கரன்**
அறிவியல் ரீதியில் செப்பம் செய்த **ப. ஜெகநாதன்**
வாசித்து செப்பம் செய்த இதழாளர் **சு. அருண்பிரசாத்**
அட்டைப் படம் தந்த **ஆர்.ஜி. ஸ்ரீகந்தா**
கடல் உயிரினங்களின் பெயர்களுக்கு உதவிய **சு. மோகனரூபன்**
துளிர் இதழ் நண்பர்கள் **ஹரீஷ், எஸ்.டி. பாலா, பஷீர்**

## இயற்கைக்கு அருகில்...

**கா**லம் தாழ்ந்து தோன்றியிருந்தாலும் தமிழ்நாட்டில் இன்று புறச்சூழல், காட்டுயிர் பற்றிய ஆர்வம் பரவி வருவதை நாம் காண முடிகின்றது. இந்தப் பின்புலத்தில் தனது ஆய்வுகள், நூல்கள் மூலம் இத்துறைக்கு சிறப்பான பங்களிப்பை அலட்டிக்கொள்ளாமல் தந்துகொண்டிருக்கும் குமரன் சதாசிவத்தின் இந்தக் கட்டுரைத்தொகுப்பு வரவேற்கத்தக்கது. சில ஆண்டுகளுக்கு முன் வெளிவந்த கடல்வாழ் பாலூட்டிகள் பற்றிய இவரது களக்கையேடு (Marine Mammals of India) நல்ல கவனிப்பைப் பெற்றது மட்டுமல்லாமல், உயிரினங்களைச் சார்ந்த இவரது அணுகுமுறைக்கு எடுத்துக்காட்டாகவும் அமைந்து. இவரது கல்லூரிப் படிப்பு தொழில்நுட்பம் சார்ந்திருந்ததால், தான் எழுதும் பொருளுக்கு இவரது கண்ணோட்டம் அறிவியல்பூர்வமாக இருப்பதை நாம் கவனிக்க முடிகின்றது.

பறவைகளை நோக்குவதிலிருந்து தட்டான், வண்ணத்துப் பூச்சி, பாம்பு என அவரது கவனம் இந்த நூலில் விரிகின்றது. (இந்த சிற்றுயிர்கள் பற்றி அண்மையில் தமிழில் கையேடுகள் வெளிவந்துள்ளன). நீர்நாய்கள் பற்றிய அவரது கட்டுரை, இந்த எழிலார்ந்த நீர்வாழ் பாலூட்டிகள் மறைவதற்கான காரணங்களை சுட்டிக்காட்டுகின்றது. கடற்புர உயிரினங்களான துறவி நண்டு போன்றவை பற்றி அவர் தரும் தகவல்கள் தமிழ் வாசகர்களுக்குப் புதியவையாக இருக்கும்.

நம் நாட்டில் பல நகரங்களுக்கு வெகு அருகே காட்டு அனுபவத்தைப் பெற முடியும். மும்பாயில் போரிவெல்லி, சென்னையில் கிண்டி தேசியப் பூங்கா, நன்மங்கலம் காப்புக்காடு, பெங்களூருவில் பானெர்கெட்டா காப்புக்காடு என நகருக்கு வெகு அருகிலேயே காடுகள் உள்ளன. இது போன்ற பகுதிகள் மட்டுமல்லாமல், நாட்டின் வெவ்வேறு சரணாலயங்களில் சுற்றித் திரிந்ததால் கிடைத்த அவதானிப்புகள் நூலெங்கும் கண்ணில் படுகின்றன. சென்னை ஐ.ஐ.டி.யில் படித்துக்கொண்டிருந்தபோது ஒரு வெளிமான் குட்டியை தெருநாய்களிடமிருந்து காப்பாற்றி வளர்த்ததை சுவைபடப் பதிவுசெய்கின்றார். இந்தப் பிரச்சினை இன்றும் அந்த வளாகத்தில் தொடர்வதாகக் கேள்விப்படுகின்றேன்.

புறச்சூழல் பற்றிய விழிப்புணர்வு, எழுத்தறிவுபோல எல்லா மக்களையும் சென்றடைய வேண்டும். இதற்கு சுற்றுச்சூழல் சார்ந்த கருதுகோள்கள் தமிழில் விளக்கப்பட வேண்டும். காட்டுயிர்களைப் பாதுகாப்பதில் உள்ளூர் மக்களின் ஆதரவு மிக முக்கியம் என்பதை இங்கு நாம் மனதில் கொள்ள வேண்டும். இயற்கையிலுள்ள நுணுக்கமான இணைப்புகளை சாமானிய மக்கள் புரிந்துகொள்ள வேண்டும்.

இயற்கையுடனும், மற்ற உயிரினங்களுடனும் நமக்கு இருக்கும் பிணைப்பு மரபுபூர்வமானது. ஊழிக்காலமாக இயற்கைச்சூழலுடன் நெருங்கி வாழ்ந்திருந்த நாம் அண்மையில்தான் வேறு சூழலுக்கு மாறியிருக்கிறோம். நகரங்களில் குடியேறி, அங்குமிங்கும் பாராமல் துரிதகதியில் இயங்கும்போது இயற்கையுடன் நமக்கிருக்கும் இப்பிணைப்பு துண்டிக்கப்படுகின்றது. இயற்கையிலிருந்து நாம் அந்நியப்பட்டுப் போகின்றோம். நம்மைச் சுற்றியுள்ள புறவுலகை, அதிலுள்ள உயிரினங்களை நாம் கண்டுகொள்வதேயில்லை. நம் வீட்டுப் பூந்தொட்டிக்கு வரும் வண்ணத்துப்பூச்சி, மரத்தில் வந்தமரும் கரிச்சான் குருவி, நீல வானம், விண்மீன்கள், மேகக்கூட்டம் என எதையுமே நாம் கவனிப்பதில்லை. இந்நூலிலுள்ள கட்டுரைகள் நம்மை இயற்கைக்கு அருகில் இட்டுச்செல்பவை.

நூல் மொழியாக்கம் துல்லியமாக செய்யப்பட்டுள்ளது. கலைச்சொற்கள் கச்சிதமாகப் பயன்படுத்தப்பட்டுள்ளன. அறிவியல் இயக்கத்திற்கும், காட்டுயிர் பாதுகாப்பிற்கும் பயனளிக்கும் இந்நூலை நான் வாழ்த்துகின்றேன்.

நவம்பர், 2021                                                                                 சு.தியடோர் பாஸ்கரன்

# கானுலாவுக்குப் புறப்படும் முன்...

இயற்கை, காட்டுயிர்கள் குறித்து எழுதவும் மொழிபெயர்க்கவும் தொடங்கியிருந்த காலத்தில் ‘சென்னை இயற்கையாளர்கள் சங்க’த்தைச் சேர்ந்த குமரன் சதாசிவத்தின் எழுத்துடன் எனக்குப் பரிச்சயம் ஏற்பட்டது. ‘தமிழ்நாடு அறிவியல் இயக்கம்’ வெளியிட்டு வரும் ஆங்கில அறிவியல் இதழான ‘ஜந்தர் மந்த’ரில் ‘நேச்சர்ஸ் டைரி’ தொடரை குமரன் சதாசிவம் எழுதிவந்தார். குழந்தைகளுக்கான அந்த இதழில் இயற்கை, காட்டுயிர் அறிவியலை எளிமையாகவும் சுவாரசியமான முறையிலும் அவர் எழுதியிருந்தது எனக்குப் பிடித்திருந்தது. குறிப்பாகக் காட்டுயிர்களைப் பற்றியும் இயற்கை நிகழ்வுகளையும் அழகுற விவரிக்கும் அவரது எழுத்தில், மெல்லிய நகைச்சுவையும் ஆங்காங்கே எட்டிப் பார்க்கும்.

அறிவியல் இயக்கத்தின் ‘துளிர்’ இதழுக்கு நான் பங்களித்துவந்த காலத்தில், அவருடைய கட்டுரைகளை அவ்வப்போது தமிழில் மொழிபெயர்த்துக் கொடுத்துவந்தேன். எஸ். ஹரீஷ், பஷீர் ஆகியோரின் உதவியுடன் துளிரில் வெளியான அந்தக் கட்டுரைகள் வரவேற்பைப் பெற்றன.

2018 வாக்கில் குமரன் சதாசிவத்தின் இயற்கை சார்ந்த மேலும் பல கட்டுரைகளை மொழிபெயர்க்கப் பதிப்பாளர் ‘க்ரியா’ ராமகிருஷ்ணன் ஊக்குவித்தார். அதற்காக ‘ஜந்தர் மந்தர்’, ‘தி இந்து யங் வேர்ல்ட்’ உள்ளிட்ட இதழ்களில் எழுதிய கட்டுரைகளை குமரன் சதாசிவம் சேகரித்துத் தந்து, தொடர்ந்து என்னுடன் இணைந்து பயணித்தார். அந்தக்

கட்டுரைகளில் பறவைகள், பாலூட்டிகள், பூச்சிகள், கடல் உயிரினங்கள், தாவரங்கள், இயற்கை-காட்டு நிகழ்வுகள் எனக் காட்டுயிர்களும் காடுகளின் ஆச்சரியங்களும் பதிவாகி இருந்தன.

இயற்கை, காட்டுயிர்கள் போன்றவற்றைப் பற்றி அறியவும் வாசிக்கவும் ஆங்கிலத்தில் எத்தனையோ புத்தகங்கள் இருக்கின்றன. ஆனால், நெடிய இயற்கை மரபைக் கொண்ட நமது மொழியில் நவீன அறிவியல் பின்னணியுடன் இயற்கை, காட்டுயிர்களை விளக்கும் புத்தகங்கள் மிகக் குறைவாகவே வந்துள்ளன. இயற்கை அறிவியல் என்பது எந்தக் காலத்திலும் தீர்ந்துவிடாத புதையல். நம் தமிழ் குழந்தைகள், இளைஞர்களுக்குக் கிடைக்க வேண்டிய அறிவுச் சொத்துகளில் ஒன்று அது. அந்த அறிவுக்கான தூண்டுகோல்களில் ஒன்றாக இந்த நூல் இரண்டு தொகுதிகளாக வெளியாகிறது.

காட்டுயிர் சார்ந்த நூல்கள் வண்ணத்தில் வெளியாக வேண்டியது அவசியம். அழகுக்காக மட்டுமில்லாமல், காட்டுயிர்களை, அவற்றின் பின்னணியை வண்ணத்தில் அறிவது வாசகர்களையும் குழந்தைகளையும் இயற்கை சார்ந்து மேலும் அறிந்துகொள்ளத் தூண்டும். அந்த வகையில் இந்த நூலை வண்ணத்தில் வெளியிடும் பயில் பதிப்பகம், பதிப்பாளர்கள் கே.எஸ். புகழேந்தி, கார்த்திகேயன் புகழேந்தி, வடிவமைத்த M Creative உள்ளிட்டோருக்கு மிக்க நன்றி.

பிப்ரவரி 2022
சென்னை

அன்புடன்,
ஆதி வள்ளியப்பன்

## உள்ளே...

### பறவைகள்

1. இரு கண்நோக்கியில் புதியதோர் உலகம் — 12
2. மாலை நேர சூறைக்காற்று — 16
3. திகைக்க வைக்கும் பறவை — 20
4. வெறும் இறக்கையல்ல — 24
5. மணிப்புறாவின் கூடு — 28
6. குயில் கண் — 32
7. சிட்டு, செல்லச்சிட்டு... — 36
8. தோகையும் தொகையும் — 40

### பாலூட்டிகள்

9. வெளிமான் குட்டியை வளர்த்த கதை — 44
10. என்ன ஒரு கம்பீரம்! — 48
11. ஆடு உடலே ஆடு — 52
12. அணில் பிடிக்கும், எலி பிடிக்குமா? — 56
13. கங்காரு போன்றொரு எலி! — 60
14. உங்கள் உணவுதான், என் இரை — 64
15. மூக்கில் ஒளிந்திருக்கும் மர்மம் — 68
16. சட்டைப் பையில் வெளவால்! — 72
17. தவம் செய்த வெளவால் — 74

**பூச்சிகள்**

| | |
|---|---|
| 18. ஊனுண்ணி வண்ணத்துப்பூச்சி! | 76 |
| 19. போலிக் கருவிழிகள் | 80 |
| 20. என்ன சத்தம் இந்த நேரம்? | 84 |
| 21. ஈசல் பிறக்கும் காலம் | 88 |
| 22. நத்தைகளை அஞ்சவைப்பவை | 92 |
| 23. மென்மையான தொரு பொம்மை | 96 |
| 24. பூச்சிகளிடம் ஓர் துப்பறிதல் | 100 |
| 25. பூச்சிகளின் மாறுவேடம் | 105 |

**கடல் உயிரினங்கள்**

| | |
|---|---|
| 26. கொப்பரன் மீனின் கோபம் | 108 |
| 27. சிற்சில ஒற்றுமைகள் | 112 |
| 28. சிப்பி உயிரினத்தைப் பார்த்திருக்கிறீர்களா? | 116 |
| 29. துறவி நண்டின் தற்காப்பு ஆயுதம்! | 120 |
| 30. இரட்டை நட்சத்திரங்கள் | 124 |

---

அட்டையில்: ஆண் வேதிவால் குருவி

பின்னட்டையில்: தம்பலப் பூச்சி

# இரு கண்நோக்கியில் புதியதோர் உலகம்

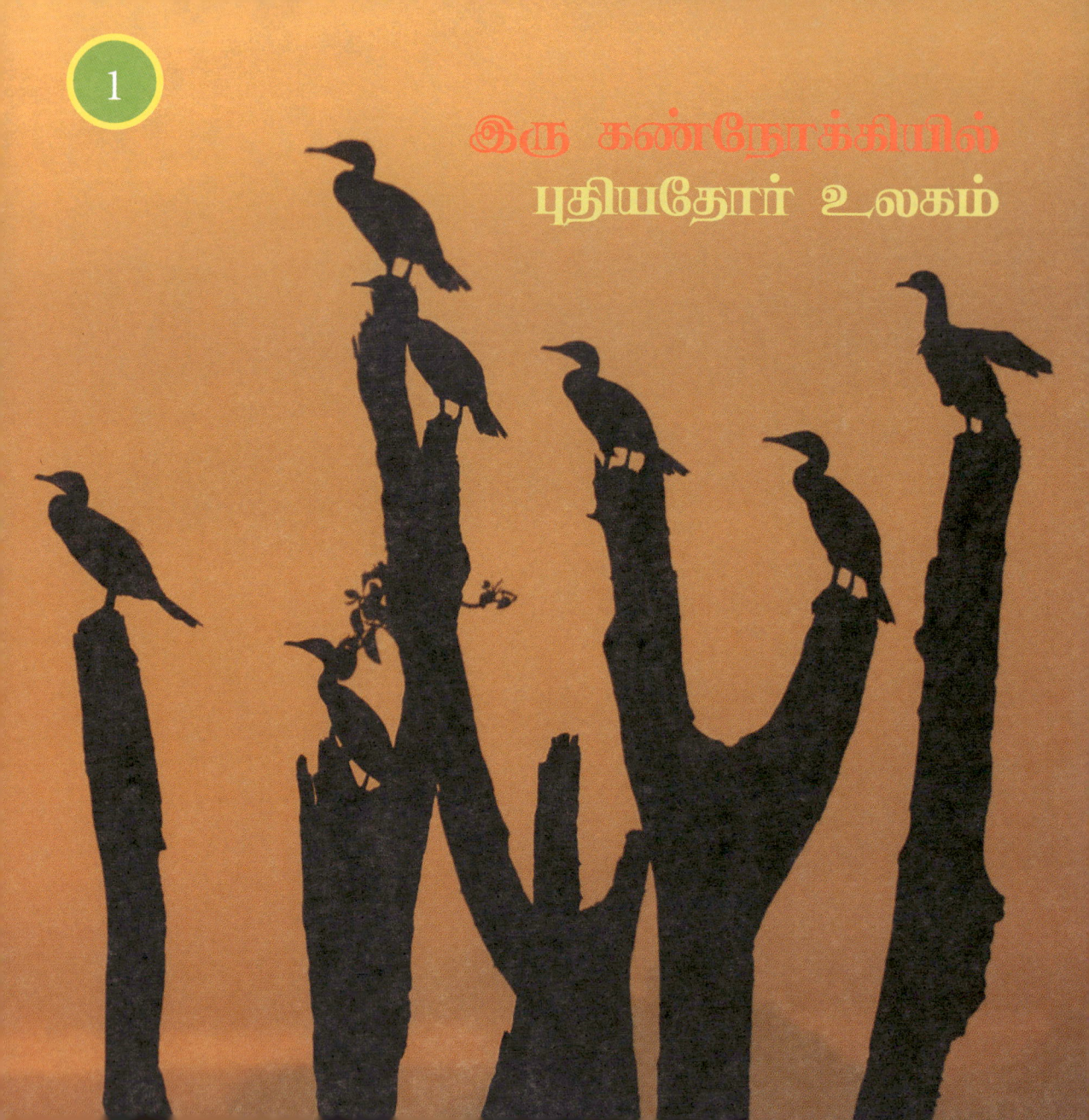

உலகெங்கும் பறவைகள் வசிக்கின்றன. மனிதர்களுக்கு மிகவும் பழக்கமான உயிரினங்கள் பறவைகள்தான் என்று சந்தேகமின்றிக் கூறலாம். இதற்கு என்ன காரணம் என்று நினைக்கிறீர்கள்?

பெரும்பாலான இடங்களில் பறவைகளை எளிதாகப் பார்க்க முடியும். பெரும்பாலான நேரம், அவை சுறுசுறுப்பாக இருக்கின்றன. அதிக எண்ணிக்கையில் இருப்பதுடன், பூச்சிகளுடன் ஒப்பிடும்போது பறவைகளின் உடல் அளவும் பெரிது.

பறவைகள் மிகவும் கவர்ச்சிகரமானவை. அவற்றின் இறக்கைகளில் உள்ள பிரகாசமான வண்ணங்களும், இனிமையான குரலுமே இதற்குக் காரணம். பெரும்பாலும் அவை யாருக்கும் தொந்தரவு தருவதில்லை. மேற்கண்டவற்றில் ஒன்றுக்கு மேற்பட்ட காரணங்களால் மக்களிடம் பறவைகள் நற்பெயரைப் பெற்றுள்ளன. மனிதர்களில் ஒரு பகுதியினர் பறவை ஆர்வலர்களாகவும் இருக்கின்றனர்.

### பறவை நோக்கர்கள்

பறவைகளை நோக்குவதில் ஆர்வம் மிகுந்து, அதையே முழுநேரப் பொழுதுபோக்காக மாற்றிக்கொள்ளும் பறவை ஆர்வலர்களும் உண்டு. பறவைகளை நோக்க அவர்கள் தொடர்ச்சியாக பயணிக்கின்றார்கள். நீண்டகாலத்துக்குப் பறவைகளை நோக்க வாய்ப்பு கிடைக்கவில்லை என்றால், அவர்களுக்கு வாழ்க்கையே சலித்துவிடுகிறது.

பறவை நோக்குதல், ஒவ்வொரு மனிதருக்கும் வித்தியாசமான அனுபவத்தைத் தருகிறது. இயற்கையான உறைவிடங்களில் வசிக்கும் பறவைகளைப் பார்ப்பது பலருக்கும் இனிமையான அனுபவமாக இருக்கும். இன்னும் சிலருக்கோ

'பறவையியல்' என்ற அறிவியல் துறையின்கீழ் ஆராய்ச்சிசெய்வது முக்கிய நோக்கமாக இருக்கிறது. பெரும்பாலான பறவை ஆர்வலர்கள், பறவைகளை நோக்கச் செல்லும்முன் அதற்கே உரிய அத்தியாவசிய அம்சங்களான இருகண்நோக்கி (Binocular), பறவை களக் கையேடு போன்றவற்றை எடுத்துச்செல்கிறார்கள்.

## சாகசப் பயணம்

பறவை நோக்குதலுக்கு கொஞ்சம் சுறுசுறுப்பு தேவை. நீண்டதூரத்துக்கு நடந்து செல்ல நேரிடலாம். கடுமையான வெப்பம் அல்லது கடுங்குளிரில் மலையேறவோ, சரிவில் இறங்கவோ, வழுக்குப் பாறைகள் கொண்ட ஓடைகளைக் கடக்கவோ வேண்டியிருக்கலாம். பறவை நோக்கச் செல்லும்போது நல்ல உணவு கிடைக்கும் என்றும் சொல்வதற்கில்லை.

இப்படிப்பட்ட சூழ்நிலையில் வேற்றுகிரகவாசிகள் பறவை ஆர்வலர்களைப் பார்க்க நேர்ந்தால் என்ன நினைப்பார்கள்? வானில் இருந்து பார்த்தால் புள்ளிகளைப் போலத் தெரியும், சட்டென்று கடந்து சென்றுவிடும் பறக்கும் உயிரினங்களை, இந்தப் பறவை ஆர்வலர்கள் ரொம்பவும் கஷ்டப்பட்டு இருகண்நோக்கி வழியாகத் தேடிக்கொண்டிருக்கிறார்களே என்று தோன்றலாம்.

சில அபூர்வமான காட்சிகளையும் காண நேரிடலாம். பறவை ஆர்வலர்கள் திடீரென்று திறந்தவெளியைப் பார்த்து அடித்துப்பிடித்து ஓடலாம். ஷூக்களையும் சாக்ஸையும் கழற்றிப் பார்க்கலாம். வளைந்தும், குனிந்து நிமிர்ந்தும் வித்தியாசமான தோற்றங்களில் நின்றும்கூட தங்கள் உடலையே அவர்கள் பார்க்கலாம். தேர்ந்த உடற்பயிற்சியாளரால்கூட அந்த உடல்அசைவுகளை செய்ய முடியுமா, தெரியவில்லை. இதற்கான காரணம் வீடு திரும்பிய பிறகு தெரியவரலாம்.

## சொறி, அரிப்பு

பறவை நோக்குதல் முடித்து வீடு திரும்பியபின், காலிலும் கையிலும் ஏற்படும் அரிப்பு தாங்காமல் பறவை ஆர்வலர்கள் சொறிந்துகொண்டு நிற்பார்கள். இதைப் பார்த்து பறவை நோக்குவதில் ஆர்வம் இல்லாதவர்கள் குழம்பிப் போகலாம். பறவை நோக்கர்களின் காலில் ஒட்டிக்கொண்டிருக்கும் சிறு அட்டைப்பூச்சிகளை அவர்கள் பார்த்திருக்க வாய்ப்பில்லை. அப்படியிருக்கும்போது உண்ணி போன்ற உயிரினங்கள் மனிதர்களைக் கடிப்பதைப் பற்றி அவர்களுக்கு நிச்சயமாகத் தெரிந்திருக்காது. உண்ணிகள் எவ்வளவு நுண்ணியவை என்றால், மனிதக் கண்களாலும்கூட அவற்றை எளிதாகப் பார்த்துவிட முடியாது. இந்த உண்ணி கடித்ததால்தான், பறவை ஆர்வலர்கள் கால்களை சொறிந்துகொண்டு நிற்கிறார்கள். ஆனால், ஒருவேளை வேற்றுகிரகவாசிகள் இருக்கிறார்கள் என்று ஒரு பேச்சுக்கு வைத்துக்கொண்டாலும், அந்தக் கோள்களில் எல்லாம் பறவைகள் இருப்பதற்கு வாய்ப்பே இல்லை. இதுவே பூவுலகின் தனிச்சிறப்பு.

மாலை நேர சூறைக்காற்று

**மை**னா அல்லது நாகணவாய் எனப்படும் பறவை நம் நாட்டில் பரவலாகக் காணப்படும் பறவைகளில் ஒன்று. இந்தப் பறவை Sturnidae குடும்பத்தைச் சேர்ந்தது. இந்தக் குடும்பத்தைச் சேர்ந்த பறவைகள் ஆங்கிலத்தில் Starling, Myna வகை எனப்படுகின்றன. தமிழில் மைனா வகை எனலாம்.

### தொலைவைக் கடக்கும் மைனா

நாம் சாதாரணமாகப் பார்க்கும் மைனா, உலகின் பல பகுதிகளில் மனிதர்களால் புதிதாக அறிமுகப்படுத்தப்பட்ட ஒரு பறவையே. இப்படி அறிமுகப்படுத்தப்பட்ட பகுதிகளில் எல்லாம் அது பெருகிப் பரவியுள்ளது. இதன் காரணமாக, புதிதாக அறிமுகப்படுத்தப்பட்ட பகுதிகளில் உள்ளூர் பறவைகளின் இடத்தை ஆக்கிரமிக்கும் 'அயல் பறவை' என்ற முத்திரையை அது பெற்றுள்ளது. பொதுவாக மைனா அதிகத் தொலைவுக்குப் பயணிப்பதில்லை. சொல்லப்போனால், மைனாவே இல்லாத சில பகுதிகள்கூட நம் நாட்டில் உண்டு.

அதேநேரம், மைனாவின் குடும்பத்தைச் சேர்ந்த சில பறவைகள் பெரும் தொலைவைக் கடக்கக்கூடியவை. அவற்றில் சோளக்குருவியும் (Rosy starling) ஒன்று. அதன் மாறுபட்ட இளஞ்சிவப்புத் தோற்றமே, அதன் ஆங்கிலப் பெயருக்குக் காரணம். சூறைக்குருவி, சூரமாரி போன்ற பெயர்களும் இந்தப் பறவைக்கு உண்டு. இந்தப் பறவை சூரைப்பழத்தை உண்பதாகக் கூறப்படுகிறது. முதிர்ந்த பறவைகளின் இறக்கைகள் இளஞ்சிவப்பு நிறத்தில் இருக்கும். தலைப்பகுதி, வால், இறக்கைகளில் கறுப்பு நிறத்தைக் கொண்டிருக்கும். அதன் இளஞ்சிவப்பு நிறம் குளிர்காலத்தில் சற்றே மங்கிக் காணப்படும். ஆண்டின் பெரும்பாலான மாதங்களில் இந்தியா, தெற்காசியப் பகுதிகளிலேயே சோளக்குருவி வசிக்கும். ஒவ்வோர் ஆண்டும்

கோடை காலத்தில் பல ஆயிரம் கிலோ மீட்டர் பயணித்து கிழக்கு ஐரோப்பாவுக்கு இது வலசை போகிறது.

## சோள விரும்பி

தானிய வயல்களில் இரை தேடக்கூடிய அதன் பண்பின் காரணமாக அதன் தமிழ்ப் பெயர் வந்தது. குறிப்பாக இருங்குசோளம், கம்பு வயல்களில் கூட்டமாக இறங்கி இவை இரை தேடத் தொடங்கும். அதேநேரம், வயல்களுக்கு வரும் வெட்டுக்கிளிகளையும் இவை உண்ணும். ஒரு புறம் தானியங்களையும் மறுபுறம் வெட்டுக்கிளிகளையும் உண்ணக்கூடியது என்பதால் இதை வரவேற்பதா, விரட்டுவதா என்ற குழப்பத்துக்கு உழவர்கள் ஆளாவார்கள். அனைத்துண்ணியான இந்தப் பறவை, நகரில் உள்ள குப்பைக் கூளங்களைக்கூட சில நேரம் கிளறிக்கொண்டிருக்கும்.

சோளக்குருவிகள் இரவில் பெரும்கூட்டமாக ஓய்வெடுக்கும் தன்மை கொண்டவை. அந்தி மயங்கும் நேரத்தில் அனைத்துத் திசைகளில் இருந்தும் சோளக்குருவிகள் கூட்டம்கூட்டமாக ஓரிடத்தில் கூடி ஓய்வெடுக்கக்கூடும். ஒவ்வொரு கூட்டத்திலும் நூற்றுக்கணக்கான சோளக்குருவிகள் இருக்கும். கிட்டத்தட்ட அரை மணி நேரத்துக்கு சோளக்குருவிக் கூட்டங்கள் அடுத்தடுத்து வந்துகொண்டே இருக்கும். கடைசியாக, ஓரிடத்தில் ஓய்வெடுப்பதற்காக ஆயிரக்கணக்கான பறவைகள் ஒன்றுகூடியிருப்பதைப் பார்க்கலாம்.

## என்ன காரணம்?

சோளக்குருவிகள் ஓய்வெடுக்கத் தொடங்குவதற்கு நீண்ட நேரம் ஆகும். ஒவ்வொரு குழுவும் சட்டென்று எழுந்து பறப்பதும், வானத்தில் அகலமாக வட்டமடித்துப் பறந்து, மீண்டும் ஓய்விடத்தில் கூடுவதுமாக இருக்கும்.

சோளக்குருவிகள் கூட்டம் மிகப் பெரிதாக இருப்பதால், அது வானத்தில் பறந்துகொண்டிருக்கும்போது, தொலைவிலிருந்து பார்ப்பதற்கு ஏதோ பூச்சிக் கூட்டம் சுற்றிக்கொண்டிருப்பதைப் போலவோ தூசி சுழன்றுகொண்டிருப்பதைப் போலவோ இருக்கும். கண்ணைக் கவரும் இந்தக் காட்சி பெரும் ஆச்சரியமூட்டக்கூடியது. அந்தி வெளிச்சம் முற்றிலும் மறைந்து வானம் இருட்டாகும்வரை, சோளக்குருவிப் பெருங்கூட்டம் இப்படிப் பறப்பதும் மரங்களில் அடைவதுமாக இருக்கும்.

சோளக்குருவிகள் ஏன் இப்படிக் கூட்டம்கூட்டமாக எழுந்து பறக்கின்றன? பறந்துவிட்டு மரத்தில் அடையும்போது சோளக்குருவிகள் என்ன நினைக்கும்? சோளக்குருவிகள் ஏன் இப்படிப் பெரும்கூட்டமாக முதலில் கூடுகின்றன? அப்புறம் ஒரு கூட்டம், ஏன் ஏகதேசமாக எழுந்து பறக்கிறது? இந்தக் கேள்விகளுக்கு விடைதெரிய வேண்டுமானால், சோளக்குருவியின் மூளைக்குள் என்ன ஓடுகிறது என்பதை நாம் அறிந்திருக்க வேண்டும். துரதிருஷ்டவசமாக, சோளக்குருவியின் மூளையிலோ அல்லது வேறு எந்த ஓர் உயிரினத்தின் மூளையிலோ என்ன நடக்கும் என்பது குறித்து அறியமுடியாதவர்களாகவே நாம் இருக்கிறோம். ஏனென்றால், அவை என்ன நினைக்கும் என்பது பற்றி குண்டூசி முனையளவுகூட நமக்குத் தெரியாது.

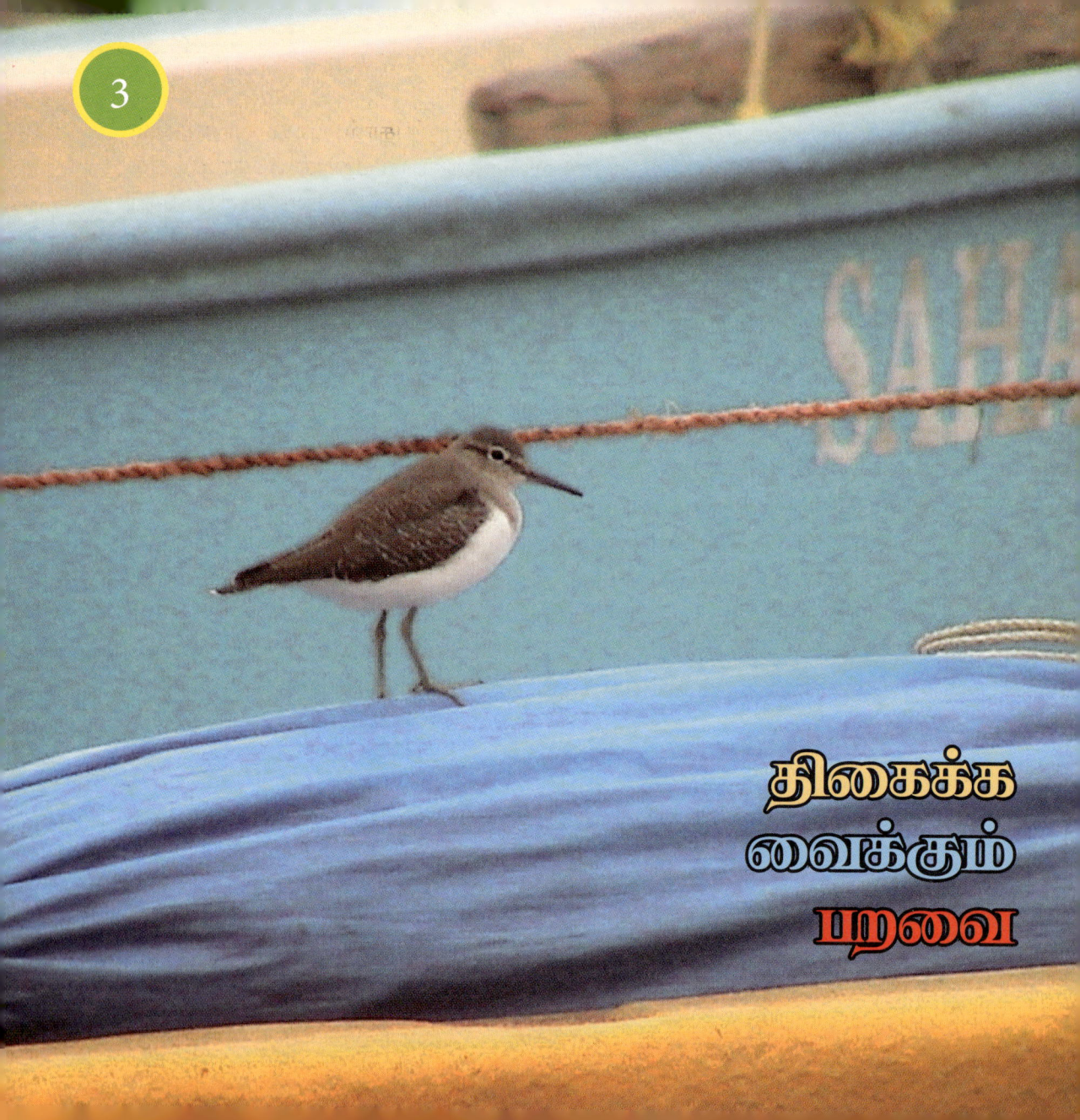

3

# திகைக்க வைக்கும் பறவை

நாடெங்கும் செப்டம்பர் மாத இறுதியில் வலசைப் பறவைகள் பெருமளவு வரத் தொடங்கிவிடுகின்றன. இந்திய தீபகற்பத்தின் தென்முனையை நோக்கி அவை நகர்கின்றன. இப்படி வரும் பறவைகளில் முதலில் வருவது உள்ளான் (Common Sandpiper). நீர்நிலைகளின் கரைப் பகுதியில் சாதாரணமாகப் பார்க்கக்கூடிய பறவை இது.

இந்தப் பறவையைக் கடல், நன்னீர் ஆதாரங்களான குளங்கள், ஓடைகளில் பார்க்கலாம். சின்னஞ்சிறிய இந்தப் பறவை ஈரமான கரைப்பகுதியில் சுறுசுறுப்பாக ஓடிக்கொண்டிருக்கும். பூச்சிகள், சிற்றுயிர்களை உண்பதற்காக மண்ணைக் கொத்திக்கொண்டிருக்கும். எப்பொழுதாவது வேறொரு சேற்றுப் பகுதிக்கு நகரலாம் என்று முடிவெடுத்து தாழ்வாகப் பறந்து செல்லும். அதன் பறக்கும் செயல்பாடு சறுக்கிச் செல்வதுபோலவும், விறைப்பாக இறக்கைகளை அடிப்பதுபோலவும் இருக்கும்.

### வலசையும் முட்டையும்

ஆப்பிரிக்கா–யுரேசியாவில் உள்ளான் பரவலாக வசிக்கிறது. ஐரோப்பா முழுவதும், ஆசியாவின் மிதவெப்ப பகுதிகளைக் கொண்ட பெரும் பரப்பிலும் வசந்த காலத்தில் இது கூடு வைக்கும். குஞ்சுகளை வளர்த்த பிறகு ஆப்பிரிக்கா, கிழக்கு ஆசியா, தெற்கு ஆசியா, தென்கிழக்கு ஆசியா ஆகிய பகுதிகளுக்கு வலசை செல்கிறது. அடுத்த இனப்பெருக்கக் காலத்துக்காக தன் தாயகத்துக்குத் திரும்பும்வரை, மேற்கண்ட பகுதிகளிலேயே காலத்தைக் கழிக்கிறது.

இந்தியாவைத் தாயகமாகக் கொண்ட இந்த வகைப் பறவைகள் கஷ்மீர், லடாக், மேற்கு இமயமலைப் பகுதிகளில் வாழ்கின்றன. ஒவ்வொரு பருவகாலத்திலும் உள்ளான்கள் ஆயிரக்கணக்கான கிலோ மீட்டர் பயணித்து வருகின்றன. இந்த

சின்னஞ்சிறு உடலைக் கொண்ட பயணி, இவ்வளவு தொலைவு வந்து செல்வதற்கான ஆற்றலையும் துல்லியத்தையும் பெற்றிருப்பது வியப்பு ஏற்படுத்தக்கூடியது.

வலசை வருவதைப் போலவே உள்ளான்கள் இடும் முட்டையும் வியப்புக்குரியவை. முட்டையின் நீளம் 3.5 முதல் 2.6 செ.மீ. வரை இருக்கும். ஒன்றின் எடை 12.5 கிராம் மட்டுமே. இந்த அளவும், எடையும் பெரிதல்ல. ஆனால், தாய்ப் பறவையின் உடல் அளவுடன் ஒப்பிடும்போது ஆச்சரியத்துக்குரியது. உள்ளான்களின் நீளம் 21 செ.மீ., எடை 50 கிராம். ஒவ்வொரு வளர்ந்த பறவையின் எடையில் கால் பங்கு எடையை முட்டை கொண்டிருக்கிறது. இப்படிப்பட்ட பெரிய முட்டைகளை இடுவதற்கு பெருமுயற்சி மேற்கொள்ள வேண்டும்.

## கிவியின் முட்டை

இதற்கு இணையாக மற்றொரு பறவையையும் குறிப்பிடலாம். அந்தப் பறவையின் எடையுடன் ஒப்பிடும்போது, அவற்றின் முட்டையினுடைய எடை மிக அதிகம். நியூசிலாந்தில் வாழும் பெண் கிவிப் பறவைகள் (இது சிறிய புள்ளிக் கிவி வகை. நான்கு கிவி வகைகள் இருக்கின்றன), இயல்பாக உண்பதைவிடக் குறைந்தபட்சம் மூன்று மடங்கு அதிகமாக முட்டையிடுவதற்குமுன் உண்கிறது. அதன் முட்டை உருவாக 30 நாட்கள் ஆகும். அதிகம் சாப்பிடுவதாலும், முட்டை பெரிதாக இருப்பதாலும் அதன் உடல் பருத்து நடப்பதற்குக் கஷ்டப்படும். எடையைத் தாங்குவதற்கும், விரிவடைந்த தோலின் வலியைக் குறைக்கவும் தண்ணீரில் உடலை நனைத்துக்கொள்ளும். முட்டை இடப்படுவதற்கு முன்னால், இரையைச் சாப்பிடுவதற்குக்கூட அதன் உடலில் இடம் எஞ்சியிருக்காது. இதனால் இரண்டு, மூன்று நாட்களுக்கு சாப்பிடுவதைக்கூட நிறுத்திவிடும். அது இரண்டாவது முட்டை

இட வேண்டும் என்றால், முதல் முட்டை இட்ட நாளில் இருந்து 25 நாட்கள் இடைவெளி விட வேண்டும்.

ஆனால் பெண் உள்ளானோ போற்றப்படாத ஒரு வீராங்கனை. அது வெறுமனே ஒன்று அல்லது இரண்டு பெரிய முட்டைகளை இடுவதில்லை. அது மூன்றில் இருந்து ஐந்து முட்டைகளை இடுகிறது. அது மட்டுமல்லாமல் மூன்று மாத இடைவெளியில் இது நடப்பதில்லை, வெறும் நான்கு நாட்களில் மொத்தமாகத் தனது எடைக்கு ஈடான அளவுள்ள முட்டைகளை இட்டுவிடுகிறது. நினைத்துப் பார்க்கும்போது, ஆச்சரியத்தால் வாய் பிளப்பதை நிறுத்தவே முடியவில்லை.

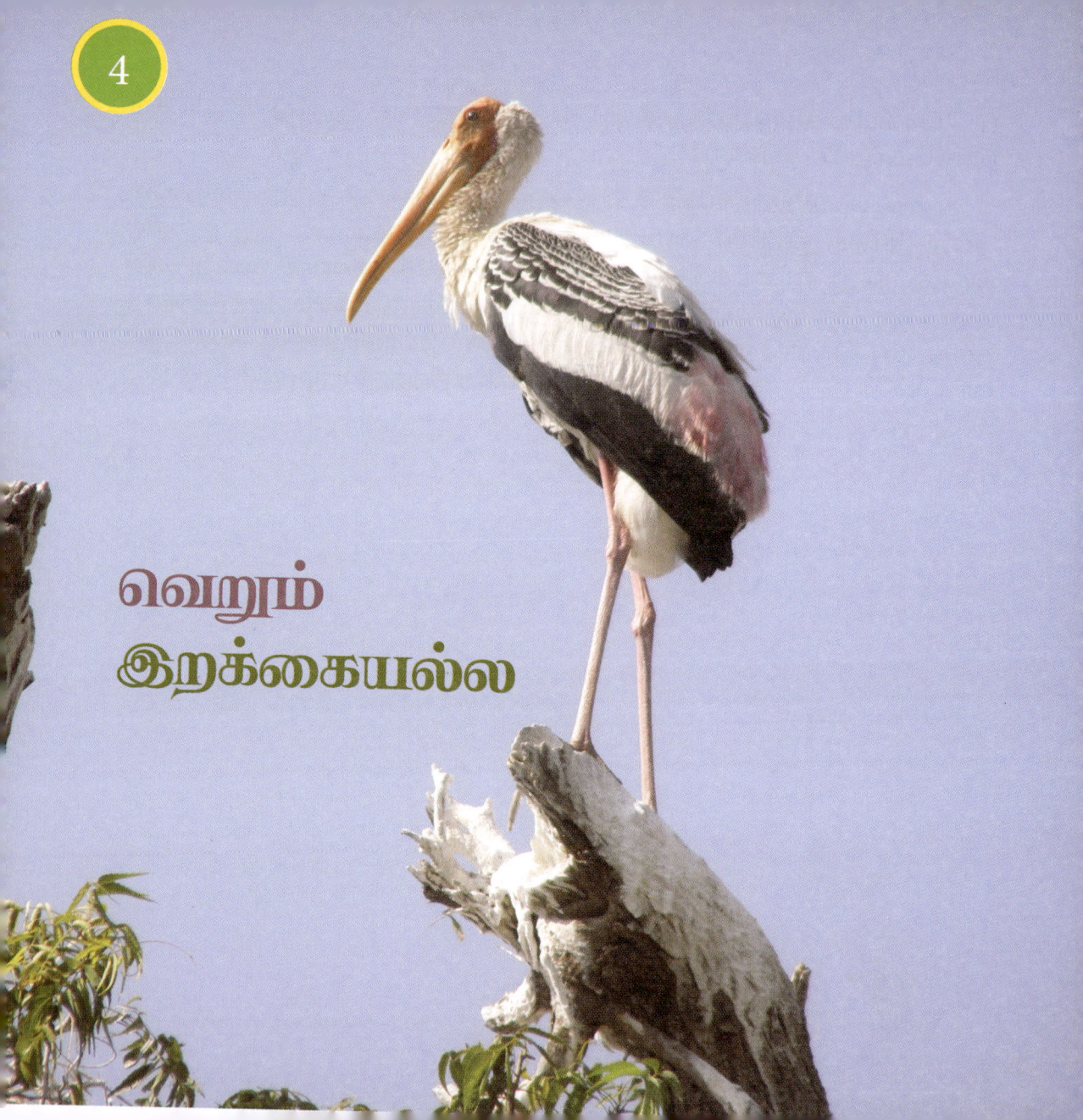

4

# வெறும் இறக்கையல்ல

சங்குவளை நாரை (Painted stork), சட்டென்று மனதைக் கவர்ந்துவிடும் பெரிய பறவை. பெரிய மஞ்சள் அலகு, நீண்ட கழுத்து, நீண்ட கால்களைக் கொண்டது. அதன் இறகுத் தொகுதி கறுப்பு, வெள்ளை வண்ணங்களில் இருக்கும். அதேநேரம் பளிச்சென்ற இளஞ்சிவப்புத் தீற்றல்களும் காணப்படும்.

இந்தப் பறவை நீரைச் சார்ந்து வாழக்கூடியது. மீன்கள், நண்டுகள், தவளைகள் உள்ளிட்ட பல்வேறு நீர்வாழ் சிற்றுயிர்களே இவற்றின் முதன்மை இரை. இந்தப் பறவை பொதுவாக நீர்நிலைகளுக்கு அருகேதான் காணப்படும். அதேநேரம், வறண்ட பகுதிகளில் உள்ள சிறிய குளங்களிலும்கூட இவற்றைப் பார்க்கலாம்.

## இறக்கைக் குடை

பருவமழைப் பொழிவு குறைந்தவுடன், சங்குவளை நாரை கூடு கட்டத் தொடங்கும். கிராமங்கள், சிற்றூர்களில் உள்ள மரங்களின் உச்சியில் பெரும்பாலும் இடைவெளியற்று நெருக்கமாக இவை கூடுகளைக் கட்டும். அந்தப் பகுதியைக் கடந்து செல்பவர்களின் வியப்பான பார்வையை, அவை கண்டுகொள்வதில்லை. தொடர்ந்து பறந்து இரை தேடும் இந்த நாரைகள், தங்கள் குஞ்சுகளை ஊட்டி வளர்க்கும். அந்தக் காட்சியைப் பார்த்துக்கொண்டிக்கும் பார்வையாளர்கள், ஒளிப்படக் கலைஞர்களைப் பற்றியெல்லாம் அது கவலையே படாது.

சத்தமான அழைப்புகள் மூலமாகவும் பதற்றமான நகர்வுகள் மூலமாகவும் தங்கள் பசியைக் குறித்துக் குஞ்சுகள், பெற்றோர் பறவைகளுக்கு உணர்த்தும். கோடை காலம் தொடங்கும்போது, குஞ்சுகளும் அதிவேகமாக வளரத் தொடங்கும். பெற்றோர் பறவைகள் தங்கள் குஞ்சுகளை மிகுந்த கவனத்துடன் பாதுகாக்கும்.

இளம் சங்குவளை நாரைகள் மீது வெயில் படும்போது பெற்றோர் பறவைகள், தங்கள் இறக்கைகளைப் பாதியளவுக்கு விரித்துக் குஞ்சுகளுக்கு நிழலை ஏற்படுத்தித் தரும்.

## இரைக்கான தூண்டில்

நீர்நிலைகளில் மெதுவாக நடந்து சென்று, தன் பெரிய அலகைக் கொண்டு சங்குவளை நாரை இரை தேடும். தன் அலகை நோக்கி இரையை ஈர்ப்பதற்கு, சுவாரசியமான முறையை அது பயன்படுத்தும். "நேரத்துக்கு ஏற்ப ஒரு காலை சற்றே வளைக்கும். அப்புறம் காலை மேலும் கீழுமாகக் கிளறுவதைப் போல வேண்டுமென்றே ஆட்டும். சில நேரம் திடீரென்று காலை ஆட்டிக்கொண்டிருக்கும்போதே, ஒரு பக்கத்து இறக்கையை சட்டென்று திறக்கும்" என்று 'பறவை மனிதர்' சாலிம் அலியும், தில்லான் ரிப்ளியும் குறிப்பிட்டிருக்கிறார்கள். இப்படிச் செய்வதன் மூலம் அப்பறவை இரையைப் பிடிக்கிறது.

## அச்சுறுத்தும் கேடயம்

சங்குவளை நாரை தன் நீளமான இறக்கைகளை விரித்து வைத்திருக்கும்போது, பார்ப்பதற்குப் பெரிதாகவும் சற்றே அச்சுறுத்துவது போலவும் இருக்கும். ஒரு முறை ஒரு குடும்பத்தைச் சேர்ந்த நான்கு சங்குவளை நாரைகளைக் கொண்ட குழு, ஓர் ஒழுகும் குழாய்க்குப் பக்கத்தில் தேங்கியிருந்த தண்ணீர் அருகே நின்றுகொண்டிருந்தன. தலைக்குப் பின்னால் கைகளை சாவகாசமாக மடக்கிவைத்துக்கொண்டு, கதைத்துக்கொண்டிருக்கும் வயதான மனிதர்களைப் போல் அவை தோன்றின.

அப்போது திடீரென்று தோன்றிய ஒரு நரி, தண்ணீர் குடிக்க அந்த நீர்நிலையை நோக்கிக் குதித்தோடி வந்தது. இந்த நாரைக் கூட்டத்தை அந்த இரைக்கொல்லி நெருங்கி வந்ததும், இந்தப் பறவைகள் எல்லாம் ஒரே நேரத்தில் சட்டென்று இறக்கையை விரித்துக் காட்டின. உடனடியாக அந்த நரி, தன் வேகத்தை சற்றும் குறைத்துக்கொள்ளாமல் வலது பக்கம் திரும்பி, தான் வந்த வழியே திரும்பி ஓடிவிட்டது!

நிழல் தரும் குடை, இரையை ஈர்க்கும் தூண்டில், இரைகொல்லியைத் துரத்தும் கேடயம் என சங்குவளை நாரையின் இறக்கைகள் பல்வேறு பயன்பாடுகளைக் கொண்டுள்ளன. அப்புறம், இந்த இறக்கைகள் பறப்பதற்கும் உதவுகின்றன என்பதில் சந்தேகமில்லை. மிகவும் உயரமான பகுதிகளில், நீண்ட நேரத்துக்குப் பறக்கக்கூடிய திறனையும் சங்குவளை நாரை பெற்றிருக்கிறது.

5

# மணிப்புறாவின் கூடு

தென்னிந்திய தீபகற்பத்தின் மேற்குப் பகுதியில் குஜராத் தொடங்கி கன்னியாகுமரிவரை நீண்டு கிடக்கிறது மேற்கு மலைத் தொடர். அதன் அடிவாரத்திலிருந்து மேலே ஏறத் தொடங்கினால் 6,500 அடி உயரம்வரை செல்லலாம். இப்படி ஏறும்போது, தாவர வகைகள் பெருமளவு வேறுபடுவதை கவனிக்கலாம்.

அடிவாரத்தில் முட்செடிகள், புதர்கள், இடையில் பசுமைமாறாக் காடாக இருக்கலாம். மலைகளில் தாவர வளர்ச்சி என்பது வெப்பநிலை, நீர் கிடைக்கும்தன்மை, மண்–பாறை அமைப்பு ஆகியவற்றைப் பொறுத்தே அமையும். அதேநேரம், இந்த அம்சங்கள் அனைத்துமே கடல் மட்டத்திலிருந்து உயரம் அதிகரிக்க அதிகரிக்க மாறும்.

தாவர வகைகள் மாறும்போது, பறவை வகைகளும் மாறும். சமவெளிக்கு அருகேயுள்ள பகுதிகளில் தென்படும் பறவைகளும், மலையுச்சியில் தென்படும் பறவைகளும் மாறுபட்டவையாக இருக்கும். சில பறவைகள் குறிப்பிட்ட உயரத்துக்குக் கீழே போவதில்லை. எடுத்துக்காட்டாக, உயர் மலைப்பகுதிகளில் வசிக்கும் கறுப்பு ஆரஞ்சு ஈப்பிடிப்பானை 3,500 அடிக்குக் கீழே பார்ப்பது சாத்தியமில்லை. அதேபோல தவிட்டுக் குருவிகள் சமவெளிப் பகுதியைச் சேர்ந்தவை. மலைப்பகுதிகளில் இப்பறவைகளைப் பார்ப்பது சாத்தியமில்லை. சொல்லப் போனால், மலையில் ஏறும்போது, அங்கு இருக்கும் பறவைகளை உன்னிப்பாக கவனிப்பதன் மூலம், எத்தனை அடி உயரத்தில் நாம் இருக்கிறோம் என்பதைக் கச்சிதமாகக் கணித்துவிட முடியும்.

## மணிப்புறாவின் பாடல்

மேற்கு மலைத் தொடரில் எந்த உயரத்திலும் காணக்கூடிய சில பறவை வகைகள் உண்டு. செண்பகத்தையும் கறுப்புவெள்ளை புதர்ச்சிட்டுகளையும் (Pied bush chat) எந்த உயரத்தில் வேண்டுமானாலும் பார்க்கலாம். அப்படிப்பட்ட பறவைகளில் மணிப்புறாவும் ஒன்று. குர்ரூ–குக்கூ–க்ரூ என்ற அதன் மென்மையான–இனிமையான அழைப்பை, மலைப்பகுதிகளில் சாதாரணமாகக் கேட்க முடியும். தமிழில் மணிப்புறா என்றழைக்கப்படும் புறா, ஆங்கிலத்தில் Spotted dove எனக் குறிப்பிடப்படுகிறது. இந்த ஆங்கிலப் பெயருக்குக் காரணம், அதன் இறக்கைகளிலும் பின்புறத்திலும் காணப்படும் இளஞ்சிவப்புப் புள்ளிகள்தான்.

இறக்கைகளின் மீதிருக்கும் புள்ளிகளைத் தாண்டி, மணிப்புறாவின் உடலில் தெளிவாகத் தெரிகிற இன்னொரு அடையாளம், அதன் கழுத்தின் பக்கவாட்டிலும் பின்புறமும் உள்ள கறுப்பு வெள்ளைத் திட்டுகள்தான். இந்தத் திட்டுகளுக்கு ‘சதுரங்கக் குறியீடு’ என்று பெயர். புறாக் குடும்பத்தின் மேலும் சில காட்டுப் புறாக்களின் பக்கவாட்டுக் கழுத்துப் பகுதிகளில் மட்டும், இதுபோன்ற குறியீடுகள் காணப்படும்.

## கலையும் யூகங்கள்

முட்டையிடுவதற்குத் தேவையான கூடுகளைப் புறாக்கள் பொதுவாக எளிமையான வகையிலேயே கட்டுகின்றன. மணிப்புறாவும் இந்த விதிமுறைக்கு விலக்கல்ல. ஒரு முறை, மணிப்புறா ஒன்றின் கூட்டை சில நாட்களுக்கு நான் கவனித்துவந்தேன். காய்ந்த, ஒல்லியான குச்சிகளைக் கொண்டு கட்டப்பட்ட, உறுதியற்ற சிறிய குழித்தட்டைப் போல் அந்தக் கூடு அமைந்திருந்தது. அது

மட்டுமல்லாமல், தோட்டத்தில் ஒரு கொடி பற்றிக்கொள்வதற்கான சட்டத்தின் மீது, மிகவும் ஆபத்தான நிலையில் அந்தக் கூடு இருந்தது.

அந்தக் கூடு நகைப்பூட்டக்கூடிய வடிவத்தில் இருந்ததாக எனக்குப் பட்டது. மணிப்புறாவின் முட்டைக்கு அந்தக் கூடு பெரிய பாதுகாப்பை அளித்துவிட முடியும் என்ற நம்பிக்கை எனக்குத் தோன்றவில்லை. அந்தக் கூட்டை வைத்துக்கொண்டு மணிப்புறா தன் குஞ்சுகளை நிச்சயம் வெற்றிகரமாக வளர்த்துவிட வாய்ப்பில்லை என்றே தோன்றியது. ஆனால், நான் நினைத்தது தவறு. நான் பார்த்த அந்த மணிப்புறா கூட்டில் முட்டையும் இட்டு, தன் குஞ்சுகளை சிறப்பாக வளர்த்தெடுத்தும்விட்டது.

●

குயில் கண்

பார்ப்பதற்குக் காக்கையைப் போலிருக்கும் செண்பகம் (Coucal), சற்றே பெரிய பறவைதான். கறுப்பு நிறத்தையும் உடல் வடிவத்தையும் வைத்துப் பார்க்கும்போது அண்டங்காக்கையைப் போலிருந்தாலும், நீண்ட வாலும் சிவப்பான இறக்கைகளும் இந்தப் பறவையை வேறுபடுத்திக் காட்டும்.

அனைத்தையும் உண்ணும் காக்கைகளுடன் இதன் உணவுப் பழக்கம் ஒத்திருந்தாலும்கூட, பழங்கள், பறவைகளின் முட்டைகள், பூச்சிகள், நத்தைகள், இளம் பறவைகள் என்று பல்வேறு இரைகளை செண்பகம் சாப்பிடுகிறது. மேலும் காக்கைகளைப் போலவே செண்பகமும் அடிக்கடி தரைக்கு வந்து செல்கிறது. ஆனால் செண்பகம், Corvidae என்ற காக்கை குடும்பத்தைச் சேர்ந்ததல்ல. அது குயில் Cuculidae குடும்பத்தைச் சேர்ந்தது.

## மாறுபட்ட செண்பகம்

செண்பகத்தை ஏன் இப்படி வகைப்படுத்தினார்கள் என்று உங்களுக்கு வியப்பாக இருக்கலாம். குயில்கள் பெரும்பாலும் உடல் அளவில் சிறியதாகவும் ஒல்லியாகவும் இருக்கும். அத்துடன் மிகவும் இனிமையான, நீண்ட தூரம் கேட்கக்கூடிய பாடல்களைப் பாடும் வல்லமை பெற்றவையும்கூட. ஆனால், குயில்களுக்கு நேரெதிராக செண்பகம் கொஞ்சம் கடுமையாகவே ‘கூப் கூப் கூப்’ என்று ஒலியெழுப்பக்கூடியது. அதன் குரலை முன்பே கேட்டிராதவர்களால், அதை அடையாளம் காண முடியாது. அந்த ஒலி, கருமந்தி எழுப்பும் ஒலியை ஒத்திருக்கும்.

அது மட்டுமல்லாமல், பல குயில் வகைகள் ஒட்டுண்ணி வாழ்க்கை நடத்தக்கூடியவை. அப்படியென்றால், பறவைகளை மிகக் கடுமையாக வேலை

வாங்கக்கூடிய ஒன்றான முட்டையிட்டுக் குஞ்சு பொரித்து, குஞ்சுகளை வளர்க்கும் தேவை இவற்றுக்கு இல்லை என்று அர்த்தம். அதற்குப் பதிலாக மற்றொரு பறவையின் கூட்டில் லாகவமாக இவை முட்டையை இட்டுச் சென்றுவிடுகின்றன. ஆச்சரியம் என்னவென்றால், நாம் அதிகம் பார்க்க வாய்ப்புள்ள குயிலின் முட்டை காக்கையின் முட்டையை ஒத்திருப்பதுதான். இதில் மேலும் வியப்பு என்னவென்றால், அந்த முட்டையை அடைகாத்து, குஞ்சு பொரித்து, குயில் குஞ்சு தன்னையே பாதுகாத்துக்கொள்ளக்கூடிய நிலைவரும்போதுதான், காக்கைக்கு அது குயில் குஞ்சு என்றே தெரியவரும். அந்த வகையில் செண்பகம் மற்ற குயில் வகைகளைப் போலில்லை. செண்பகம் தனது கூட்டை தானே கட்டி, குஞ்சுகளை வளர்க்கக் கூடியது.

## இப்படியும் ஒரு மூடநம்பிக்கை

நாடெங்கும் பல்வேறு வாழிடங்களில் செண்பகம் காணப்படுகிறது. ஓரளவு பசுமைமாறா காடுகள் மட்டுமில்லாமல், வறண்ட பகுதிகளிலும் செண்பகத்தைப் பார்க்கலாம். என்னுடைய நண்பர் ஒருவர் ஒட்டன்சத்திரத்தில் வாழ்கிறார். அங்கே செண்பகம் சாதாரணமாகக் காணப்படுகிறது. அந்தப் பகுதி புதர் நிறைந்ததாக இருக்க வேண்டும்.

ஆனால் பிரச்சினை என்னவென்றால், இந்தப் பகுதியில் செண்பகம் மிக அதிக அளவில் வேட்டையாடப்படுவதுதான். ஏன் அதை வேட்டையாடுகிறார்கள்? செண்பகத்தின் சிவந்த கண்களை அப்பகுதி மக்கள் முக்கியமாகக் கருதுகிறார்கள். கர்ப்பிணிப் பெண்கள் செண்பகக் கறியை சாப்பிட்டால், அழகான கண்களுடன்

குழந்தை பிறக்கும் என்று தவறாக நம்புகிறார்கள். இதன் காரணமாக அந்தப் பகுதியில் செண்பகங்களின் எண்ணிக்கை குறைந்துவருகிறது.

ஆனால், இந்த நம்பிக்கை நிஜமாகவே நடந்துவிட்டால் என்ன ஆகும்? ரத்தச் சிவப்பான செண்பகப் பறவைகளின் கண்களைப் போலவே குழந்தைகள் கண்களைப் பெற்றிருப்பார்கள். குழந்தைகளுக்கு அந்தக் கண்கள் நிச்சயமாக பயமுறுத்தும் படியாக இருக்குமே ஒழிய, அழகாக இருக்காது.

# 7. சிட்டு, செல்லச்சிட்டு...

சிட்டுக்குருவி (House sparrow) என்று செல்லமாகக் குறிப்பிடப்படுபவை குருவிகள். இந்தச் சிறு பறவையின் தாயகம் மத்திய தரைக்கடலுக்கு அருகேயுள்ள பகுதி என்று கருதப்படுகிறது. இந்தப் பகுதியில் இருந்து ஆயிரக்கணக்கான ஆண்டுகளுக்கு முன் இந்தப் பறவைகள் கிழக்கு, வடக்கு நாடுகளுக்குப் பரவியிருக்க வேண்டும். புதிய வயல்களை உருவாக்கி மனித இனம் வேளாண்மை செய்யத் தொடங்கிய பகுதிகளை ஒட்டியே இப்பறவைகளின் பரவலும் அமைந்திருந்தது.

இன்று சிட்டுக்குருவிகள் யுரேசியா (ஐரோப்பா, ஆசியா இணைந்த பகுதி) மட்டுமின்றி ஆப்பிரிக்கா, அமெரிக்கா, ஆஸ்திரேலியா, நியூசிலாந்து, ஹவாய் தீவு ஆகிய பகுதிகளில் வாழ்கின்றன. பூவுலகின் கால் பங்கு நிலப் பகுதியில் வாழும் இந்தப் பறவை, தற்போதும்கூட தனக்குப் பழக்கமற்ற புதிய பகுதிகளில் வாழப் பழகி வருகிறது. உலகிலேயே அதிக நிலப் பகுதிகளில் பரவியுள்ள காட்டுப் பறவைகளில் சிட்டுக்குருவி முக்கிய இடத்தைப் பிடித்துள்ளது.

## உலகம் முழுக்க பரவியது

இந்த சின்னஞ்சிறு பறவை எப்படிப் பெரும் தொலைவுகளைக் கடந்து உலகின் பல நாடுகளுக்குப் பரவியது? அதற்காகப் பெருங்கடல்களை இது பறந்து கடந்ததா? இல்லை, மனித இனமே இந்தப் பறவையைப் புதிய பகுதிகளுக்கு எடுத்துச் சென்றது. பெரும்பாலான ஐரோப்பியக் குடியேறிகள் தங்கள் இளமைக் காலத்தில் சிட்டுக்குருவியை நெருக்கமாகப் பார்த்து வளர்ந்தவர்கள். புதிய பகுதிகளுக்குச் சென்ற பிறகு, தங்கள் தோட்டங்களில் இந்தப் பறவைகளைப் பார்க்கவும் அவற்றின் குரலைக் கேட்கவும் அவர்கள் ஏங்கினார்கள்.

1850ஆம் ஆண்டில் ஐரோப்பாவில் இருந்து கொண்டுவரப்பட்ட சிட்டுக்குருவிகள் அமெரிக்காவில் விடப்பட்டன. அடுத்த இருபது ஆண்டுகளுக்குள், அந்த நாடு முழுவதும் சிட்டுக்குருவிகள் மீதான மோகம் அனைவரையும் பிடித்தாட்டியது. பல்வேறு மாகாணங்களுக்குச் சிட்டுக்குருவிகள் கொண்டு செல்லப்பட்டன. கம்பளிப்புழுவை கட்டுப்படுத்தும் நோக்கத்துடன் சில சமூகங்கள் தங்கள் பகுதிகளில் சிட்டுக்குருவிகளை அறிமுகப்படுத்தின.

## எதிர்ப்பும் உருவானது

புதிய நிலப்பகுதிக்கு ஏற்ப விரைவாகத் தகவமைத்துக்கொண்ட சிட்டுக்குருவிகள், வெற்றிகரமாக இனப்பெருக்கம் செய்யத் தொடங்கின. வியக்கத்தக்க வகையில் பெருகிய அவை, தானியப் பயிர்களை உண்ணத் தொடங்கின. பழ மரங்களின் மொட்டுகளையும் பூக்களையும் அவை சேதப்படுத்தியதாகவும் கருதப்படுகிறது. கட்டடங்களைச் சுற்றி நடப்பட்டிருந்த அலங்காரத் தாவரங்களையும் அவற்றின் செயல்பாடுகள் பாதித்தன. அவை பெருமளவில் கம்பளிப்புழுக்களை உண்டதால், அந்த நாட்டின் பறவைகளுக்கு இரைப் பற்றாக்குறை ஏற்பட்டது. அமெரிக்காவில் அறிமுகப்படுத்தப்பட்டு 35 ஆண்டுகள் கடந்த பிறகு, தொல்லை தரும் பறவையாக சிட்டுக்குருவிகள் கருதப்படத் தொடங்கின. 'நாட்டிலுள்ள பறவைகளிலேயே மிக மோசமானது' என்று அப்போது ஒரு விவசாயி சிட்டுக்குருவியை வர்ணித்தார்.

சிறந்த வகையில் தகவமைத்துக்கொள்ளும் திறன் சிட்டுக்குருவிகளிடம் இருந்தது என்றாலும், வாழ்ந்த நிலப்பகுதிகளில் அது சீராகப் பரவவில்லை. இந்தியாவிலும்கூட, சிட்டுக்குருவிகள் சமீபகாலத்தில் பரவி வாழத் தொடங்கிய பகுதிகள் உண்டு. நூறாண்டுகளுக்கு முன் இந்திய மலைவாசத்தலங்களில்

மனிதர்கள் குடியேறி வாழத் தொடங்கிய பின்னரே, அந்தப் பகுதிகளுக்கு சிட்டுக்குருவிகள் சென்றன.

## குறைவதற்குக் காரணம்

சிட்டுக்குருவிகள் காலம்காலமாக வாழ்ந்துவந்த பகுதிகளில் இருந்து மறையத் தொடங்கிவிட்டதை சமீபத்திய ஆண்டுகளாக மக்கள் உணர்ந்துவருகின்றனர். ஏன் இப்படி நடக்கிறது? இது தொடர்பாக பல்வேறு கருதுகோள்கள் முன்வைக்கப்படுகின்றன. உணவு தானியங்களின் மீது பெருமளவில் தெளிக்கப்படும் பூச்சிக்கொல்லிகளால் தானியங்களில் சேரும் நச்சு அவற்றை அழித்துவிட்டது என்று ஒரு தரப்பினர் கூறுகின்றனர். அவை கூடுகட்ட ஏற்றதாக நவீனக் கட்டடங்கள் இல்லாததும் காரணம் என்பது மற்றொரு தரப்பினரின் கருத்து. நகர்ப்பகுதிகளில் முன்பெல்லாம் சிதறிய தானியம் எளிதாக கிடைத்துக்கொண்டிருந்தது, தற்போது குறைந்துவிட்டதும் அவற்றின் அழிவுக்குக் காரணம் என்கின்றனர் சிலர். ஆனால், இந்த கருதுகோள்கள் எதுவும் முழுமையான விளக்கமாக இல்லை என்பதுதான் நிதர்சனம்.

8

தோகையும் தொகையும்

இயற்கையின் ஈடுஇணையற்ற அழகுகளில் ஒன்றான மயிலின் தோகையை, அதன் வால் என்றே பலரும் நினைத்திருப்போம். ஆனால், ஒரு பறவையியலாளர், அது மயிலின் வால் இல்லை என்பதைத் தெளிவுபடுத்துவார். பறவைகளின் முதன்மை இறகுகளை மூடக்கூடிய மூடும் இறகுகள் (Covert) உண்டு. முதன்மை இறகுகளில் இருந்து வால்வரை காற்றோட்டத்தை உறுதிப்படுத்துவதற்கு இந்த மூடும் இறகுகள் உதவுகின்றன. அந்த வகையில் மயிலுக்கு நீண்டுள்ள தோகை, உண்மையில் வால் அல்ல. வாலுக்கு மேலே உள்ள மூடும் இறகுகளே (Upper tail coverts) இப்படி நீண்டுள்ளன. மயிலின் பின்பகுதியைப் பார்த்தால் இதைப் புரிந்துகொள்ளலாம்.

### தோகை வியாபாரம்

மயிலின் தோகையில் சுமார் 200 இறகுகள் இருக்கும். இந்த இறகுகள் மிகவும் நீண்டவை. கிட்டத்தட்ட ஐந்தடி நீளம்கூட இருக்கும். அத்துடன் அழகு பொருந்தியும் இருக்கும். இப்படி அழகு நிறைந்த ஒரு இறகை மக்கள் விரும்புவதில் ஆச்சரியமில்லை. இதன் காரணமாக மயில் இறகுக்கான தேவை எப்போதும் அதிகமாகவே இருக்கிறது. அதன் காரணமாக மயில் இறக்கைகளை விற்பது நல்ல தொழிலாகவும் மாறிவிட்டது. பிரபலக் கோயில்களின் சுற்றுவட்டாரம், சுற்றுலாத்தலங்களில் மயில் தோகை விசிறிகள், மயில் தோகைகள் விற்கப்படுவதைப் பார்த்திருக்கலாம்.

குறிப்பிட்ட கால இடைவெளியில் தோகை இறகுகளை மயில் உதிர்க்கும். அது மயிலுக்கு நல்லதுதான். தோகை இறகுகளுக்காக மயில்கள் காயப்படுத்தப்பட வேண்டிய தேவை குறையும் இல்லையா. தோகை இறகுகளை மயில்கள் உதிர்த்த பிறகு, எளிதாகச் சேகரித்து விற்கலாம்.

ஆனால் ஒரு தோகை இறகை வெறுமனே பார்த்து, அது இயற்கையாக ஒரு மயில் உதிர்த்ததா அல்லது உயிருடனோ – இறந்த பிறகோ ஒரு மயிலிடம் இருந்து பிடுங்கப்பட்டதா என்பதை உறுதிப்படுத்த முடியாது. எனவே மயில் தோகை இறகுகள் விற்கப்படுவதை அனுமதிப்பது என்பது, பேராசை பிடித்தவர்கள் மயிலைக் காயப்படுத்தியோ கொன்றோ தோகை இறகுகளைப் பிடுங்குவதற்கு வழிவகுக்கிறது. சட்டப்படி தடை செய்யப்பட்டிருந்தாலும், மயில் தோகை விற்பனை தொடரவே செய்கிறது.

இது மயில் தோகை இறகின் கதை மட்டுமல்ல. காட்டுயிர்களிடம் இருந்து பெறப்படும் மதிப்புமிக்க பொருட்கள் அனைத்தின் கதையும் இதுதான். அதற்கு மிகச் சிறந்த எடுத்துக்காட்டு, தந்தம். தந்தத்தால் செய்யப்பட்ட பொருட்களை விற்க அனுமதித்தால், அது சமீபத்தில் கொல்லப்பட்ட யானையிடமிருந்து எடுக்கப்பட்ட தந்தமாகக்கூட இருக்கலாம். அதேநேரம் அது பழைய தந்தத்தால் செய்யப்பட்டது அல்லது இயற்கையாக இறந்த யானையிடம் இருந்து பெறப்பட்ட தந்தம் என்று வியாபாரிகள் சொல்வார்கள்.

### பறக்குமா?

மயில், பெரிய பறவை. வான்கோழி அளவுக்கு இணையானது. தோகை இறகுத் தொகுதி முழுமையாக வளர்ந்த நிலையில், மயிலைப் பார்ப்பதற்கு மிகப் பெரிதாகத் தெரியும். இதுபோன்ற நீண்ட, அடர்ந்த தோகைகளைக் கொண்ட பறவை நிச்சயம் நிலப்பறவையாகத்தான் இருக்க முடியும் என்றே பலரும் நினைத்திருப்பார்கள். மயில்கள் நிலத்தில் நிறைய நேரம் செலவழிக்கக்கூடியவை. அதேநேரம், ஆண் மயில்களைப் போல் நீண்ட தோகை இருந்தாலும் பெண் மயில்களைப் போல்

தோகை இல்லாவிட்டாலும் மயில்கள் பறக்கக்கூடிய பறவைகளே. மயில்களின் தோற்றத்தை வைத்து அவற்றின் உடல் அளவைப் பற்றி யோசிக்கும்போது, உண்மையில் அவை எடை மிகுந்த பறவைகள் அல்ல. மயில் சராசரியாக ஐந்தாறு கிலோ எடையையே கொண்டிருக்கும்.

## எடையும் பறத்தலும்

சரி அப்படியானால், எவ்வளவு அதிக எடை கொண்ட பறவைகளால் பறக்க முடிகிறது? இந்தியாவின் உயரமான பறவைகளில் ஒன்றான சாரஸ் பெருங்கொக்கு (Sarus crane), பறக்கக்கூடியது. அது ஒரு சராசரி மனிதர் அளவுக்குப் உயரமானது. மயில்களைவிட எடை மிகுந்தது. கிட்டத்தட்ட எட்டு கிலோ எடையைக் கொண்டிருக்கும். அதேநேரம், சாரஸ் பெருங்கொக்கைவிடவும் எடை மிகுந்த பறவைகள் உண்டு. நீர்ப்பறவைகளான கூழைக்கடாக்களைப் பார்த்திருப்பீர்கள், அவை பறக்கும்போது சிறிய விமானங்களைப் போலிருக்கும். அவற்றின் எடை பன்னிரண்டு கிலோ. இந்தியப் பறவைகளிலேயே பறக்கக்கூடிய எடை மிகுந்த பறவை, இந்தியாவின் எடை மிகுந்த பறவை ஆகிய இரண்டு பெருமைகளை ஒருசேரப் பெறுவது கானமயில் (Great Indian bustard). கானமயிலின் அதிகபட்ச எடை எவ்வளவு தெரியுமா? 15 கிலோ. ஆனால், அதனால் நன்றாகப் பறக்கவும் முடியும்.

# 9

# வெளிமான் குட்டியை வளர்த்த கதை

புதிதாகப் பிறந்த வெளிமான் குட்டி ஒன்றுக்கு, வளர்ப்புப் பெற்றோராக இருக்க வேண்டிய பொறுப்பு எனக்கு ஒரு முறை வாய்த்தது. சென்னை இந்தியத் தொழில்நுட்ப நிறுவனத்தில் (ஐ.ஐ.டி. மெட்ராஸ்) அப்போது நான் படித்துக்கொண்டிருந்தேன். கிண்டி தேசியப் பூங்காவுக்கு அடுத்தபடியாக ஐ.ஐ.டி. வளாகம் அமைந்திருக்கிறது. நாங்கள் படித்த காலத்தில் இரு வளாகங்களுக்கும் இடையில் காட்டுயிர்கள் எளிதில் போவதும் வருவதுமாக இருந்தன.

### மருண்ட மான்

ஒரு நாள் அந்திக் கருக்கலில் என் நண்பர்கள் சிலருடன் விடுதிக்குத்

திரும்பிக்கொண்டிருந்தேன். ஒரு வெளிமான் குட்டி வழி தெரியாமல் அங்கே நின்றுகொண்டிருந்ததை நாங்கள் கவனிக்கவில்லை. பொதுவாக மனிதர்களைக் கண்டவுடன் வெளிமான்கள் நகர்ந்து ஓடிவிடும். ஆனால், அந்தக் குட்டியோ அப்படிச் செய்யவில்லை. அதனால், அது என்ன செய்கிறது என்று பார்க்க நிதானித்தோம். அப்படி கவனித்தபோதுதான், அதன் தாய் அருகில் இல்லை என்பது எங்களுக்குப் புரிந்தது.

அதன் தாயைத் தேடினோம். ஆனால், எங்கள் முன்னால் நின்ற அந்தக் குட்டி ஆதரவற்ற ஒன்று என்பது விரைவிலேயே புரிந்தது. ஒன்று, வளாகத்தில் உள்ள நாய்கள் அதன் தாயைக் கொன்றிருக்க வேண்டும் அல்லது தாயை விரட்டியிருக்க வேண்டும். ஐ.ஐ.டி. வளாகத்தில் தெருநாய்கள் குழுவாகத் திரிந்துகொண்டிருந்தன. வாய்ப்பு கிடைத்தால் வெளிமான்களை அவை கொல்லவும்கூடச் செய்யும்.

அந்தக் குட்டியைக் காப்பாற்ற நாங்கள் எதுவும் செய்யவில்லை என்றால், அந்தக் குட்டி விரைவிலேயே இறந்துவிடும் என்பது தெளிவாகப் புரிந்தது. ஒரு வெளிமான் இளங்குட்டியின் தாய் இறந்துவிட்டால், பால் குடிக்க வழியில்லாமல் குட்டியும் இறந்துவிடும். அப்படியே அதன் தாய் உயிருடன் இருந்தாலும்கூட, அந்தத் தாயால் இளங்குட்டியைத் தேடிக் கண்டடைய முடியாது. அப்போதும் குட்டி இறக்கவே செய்யும். அது மட்டுமல்லாமல் இரவில் குட்டி வெளியே இருந்தால் தெருநாய்கள், நரி போன்றவை குட்டியை உண்டுவிடக் கூடும். அதனால், அந்த இளங்குட்டியை விடுதிக்கு எடுத்துச் சென்று, அன்றிரவு அதை கவனித்துக்கொள்வது என்று தீர்மானித்தோம். அடுத்த நாள் காலையில் அதன் தாயைத் தேடிக் கண்டடைந்து, குட்டியை அதனிடம் ஒப்படைப்பது என்று திட்டமிட்டோம்.

## இரண்டாவது சோதனை

விடுதிக்குள் இளங்குட்டியை எடுத்துச் செல்வது என்பது, யோசிப்பதற்கு எளிதாக இருப்பதுபோல், செய்வது அவ்வளவு எளிதாக இல்லை. பார்ப்பதற்கு

இரக்கத்தைத் தூண்டும் வகையிலும் அமைதியாகவும் அந்தக் குட்டி இருந்தது. ஆனால், அதை நாங்கள் பிடிக்க முயன்றபோது, அது முரண்டுபிடித்தது. வியப்பூட்டும் வகையில் சுறுசுறுப்பாகக் குதித்தெழுந்தது, விலகி ஓடியது. என்னுடைய நண்பனின் அறைக்கு அதை தூக்கிச்செல்வது சாத்தியமற்றுப் போகும் எனத் தோன்றும் அளவுக்கு, ஆற்றலுடன் அது போராடியது. வியர்வை மழையில் குளித்தெழுந்து, ஒருவழியாக விடுதிக்குள் அதைக் கொண்டுபோய்ச் சேர்த்தோம்.

அதற்கு உணவூட்ட முயன்றது, அடுத்த கடும்சோதனை. விரைவிலேயே அதன் தாயிடம் அதைக் கொண்டுபோய் சேர்த்துவிடுவதுதான், உணவூட்டுவதைவிட சிறந்த வழி எனத் தோன்றியது. பார்ப்பதற்கு அமைதியாகவும் அடக்கமாகவும் தோன்றுகிற அந்தக் குட்டிக்கு ஒரு பால்புட்டி மூலம் பாலூட்ட முயன்றபோது, தன் கால்களாலும் குளம்புகளாலும் தாறுமாறாக உதைக்கும் வேறொரு உயிரினமாக அது உருமாறியிருந்தது. மூன்று பேர் அந்தக் குட்டியை இறுக்கமாகப் பிடித்துக்கொள்ள, தண்ணீர் கலந்த வெதுவெதுப்பான பாலின் சில துளிகளை அதன் வாய்க்குள் விட்டோம். எங்களுக்கும் அந்தக் குட்டிக்கும் இடையே மல்யுத்தம் நடப்பதைப் போலிருந்தது. அந்தக் குட்டியின் வாய்க்குள் சென்றதைவிட, அதிகமான பால் அறை முழுக்கச் சிதறிக் கிடந்தது.

### தாய்க்கு ஈடு உண்டா?

இதெல்லாம் ஒருபுறம் நடந்திருந்தாலும், அடுத்த நாளில் அதன் தாயை எங்களால் கண்டறிய முடியவில்லை. அதன் காரணமாக அந்தக் குட்டிக்கு மீண்டும் மீண்டும் பால் புகட்ட வேண்டிய தேவை எழுந்தது. தாயைப் போல் ஓர் இளங்குட்டியை எங்களால் முழுமையாகப் பராமரிக்க முடியாது என்பது விரைவிலேயே புரிந்தது. எங்களுடன் புரிந்த மல்யுத்தத்தால் ஏற்பட்ட மன அழுத்தத்தால் அது இறந்துபோகவில்லை என்றாலும்கூட, பசியால் அது இறந்துவிட நேரிடும் என்று தோன்றியது. ஏனென்றால், சிறிதளவு பாலைக்கூட அது குடிக்கவில்லை. அப்படியே

அது பிழைக்கும் என்று வைத்துக்கொண்டாலும்கூட, உடைந்த காலுடனே இருக்கும். ஏனென்றால், அந்த அளவுக்கு அது தன் கால்களை உதைத்தது. எங்களுடைய பராமரிப்பிலேயே அந்தக் குட்டி வளர்ந்து பெரிதாகிறது என்று வைத்துக்கொண்டால், அதைப் பராமரிக்கும் வேலைக்கு எங்களில் யாராவது ஒருவரோ இருவரோ தங்கள் முழு வேலைநேரத்தையும் தியாகம்செய்ய வேண்டிவரும் என்று ஒரு நண்பன் குறிப்பிட்டான்.

அதனால், இந்த செல்லப் பிசாசிடம் இருந்து யாராவது எங்களைக் காப்பாற்றிவிடமாட்டார்களா என்று கவலையுடன் தேடத் தொடங்கினோம். விரைவிலேயே, கிண்டி சிறுவர் பூங்காவில் உள்ள விலங்குக் காட்சியகம் அந்தக் குட்டியைப் பெற்றுக்கொள்ளும் என்பது தெரியவந்தது. நடைமுறைகள் எல்லாம் விரைவாக நடந்தேறின.

குட்டியை பெற்றுச்செல்ல ஒரு ஜீப் வந்தது. அந்த ஜீப் மெதுவாக நகர்ந்தபோது, இரக்கத்தைத் தூண்டும் ஆதரவற்ற விலங்கைப் போன்று அந்த இளங்குட்டி ஒரு பார்வை பார்த்தது. எங்கள் மனம் மீண்டும் கசிந்துருகத் தொடங்கினாலும், விரைவிலேயே மனத்தைத் தேற்றிக்கொண்டு, அதற்கு விடைகொடுத்தோம்.

என்ன ஒரு கம்பீரம்!

சட்டென்று பார்ப்பதற்கு வளர்ப்பு மாட்டைப் போலிருந்தாலும் காட்டுமாடு உடல் அளவு மிகப் பெரியது. ஓர் காட்டுமாடு தோள் அளவில் ஆறு அடிக்கு குறையாமல் இருக்கும். அதன் எடையோ கிட்டத்தட்ட ஆயிரம் கிலோ (ஒரு டன்) இருக்கும். முறுக்கேறிய தசைகளைக் கொண்ட அந்த உயிரினம், பெரும் ஆற்றல் கொண்டது.

இயற்கையாகவே எளிதாக நகரக்கூடிய தன்மை கொண்ட காட்டுமாடு, வேகமாக ஓடவும் கூடியது. மிகப் பெரிய தலையுடன், பல்வேறு வகைகளில் பயன்படக்கூடிய இரண்டு கொம்புகளைக் கொண்டிருக்கிறது. இந்த அம்சங்கள் அனைத்தையும் கற்பனை செய்துபார்த்தால், யாரும் வீழ்த்த முடியாத ஒன்றாக காட்டுமாட்டைச் சித்தரிக்கின்றன. காட்டில் வாழும் ஒரே ஒரு உயிரினம்தான் காட்டுமாட்டை இரைக்காகக் கொல்லும் சாத்தியத்தைக் கொண்டுள்ளது, அதுவே அதைக் கொல்லவும் செய்கிறது. அது வேங்கைப்புலி.

### வேங்கையின் வேட்கை

வேங்கைப்புலிக்கு சிறந்த இரை கிடைக்க வாய்ப்புள்ள சில காடுகள் உள்ளன. அங்கு காட்டுப்பன்றி, காட்டுமாடு, மான் போன்றவை இருக்கலாம். இது போன்ற காடுகளில், மற்ற இரைகளுக்குப் பதிலாக காட்டுமாட்டை இரையாகக் கொள்ளவே வேங்கைப்புலி விரும்புகிறது. இந்த இரைகளில் காட்டுமாடுதான் மிகப் பெரியது, அதேநேரம் வேட்டையாடுவதற்கு மிகவும் ஆபத்தானதும்கூட.

அப்படியானால் வேங்கைப்புலி ஏன் காட்டுமாட்டை வேட்டையாடுகிறது? காயமடைவதைத் தவிர்க்க முயற்சிக்காமல், ஏன் ஆபத்தை நேருக்கு நேர் எதிர்கொள்ளத் தயாராகிறது? பெரிய உயிரினத்தை வேட்டையாடினால்

வேங்கைப்புலிக்குப் பெரும் பலன் கிடைக்கிறது என்று காட்டுயிர் ஆராய்ச்சியாளர்கள் விளக்கம் தருகிறார்கள். அது வெற்றிகரமாக ஓர் இரையைக் கொல்லும்போது, தனது கடும் முயற்சிக்குப் பலனாக அதிக இரையைப் பெறுகிறது. காட்டுமாட்டை வேட்டையாடும்போது செலவழிக்கும் உடல் திறனுக்கு ஏற்ற இரையை வேங்கைப்புலி பெறுகிறது.

### எப்படிப் பிடிக்கிறது?

காட்டுமாட்டைவிட வேங்கைப்புலி சிறியது. ஒப்பீட்டளவில் குட்டையானது, அதன் எடையும் கிட்டத்தட்ட 200 கிலோதான். வலுவான தசைகள், பற்கள், உகிர்கள் (கால்களுக்குள் உள்ளிழுத்துக் கொள்ளக்கூடிய நகங்கள்) ஆகியவற்றை பெற்றிருந்தாலும், தன்னைவிட நான்கு அல்லது ஐந்து மடங்கு பெரிதான காட்டுமாட்டை எதிர்கொள்ள வேங்கைப்புலி தனது அனைத்துத் திறன்களையும் உடல் வலுவையும் பயன்படுத்தியாக வேண்டும். பதுங்கியிருக்கும் ஒரு வேங்கைப்புலி காட்டுமாட்டின் மீது பாய்ந்த பிறகு, அதன் குரல்வளை, கழுத்து அல்லது தலையில் பெரிதாகக் கடித்துக் காயப்படுத்தி தன் பிடிக்குள் வைத்துக்கொள்ளவே விரும்பும். கடைசியாகக் காட்டுமாட்டின் குரல்வளையை நெரித்தோ கழுத்தை உடைத்துக் கொல்லவோ வேங்கைப்புலி முயலும்.

தன்னைவிட பெரிய உயிரினமான காட்டுமாட்டை வேங்கைப்புலி வேட்டையாட முயலும்போது, முதலில் பின்னங்காலைப் பிடித்து, கடித்துவிட முயலும். எலும்புகள் உடைக்கப்பட்டுவிட்ட அல்லது தசைநார் சிதைக்கப்பட்ட நிலையில் காட்டுமாடு ஊனமடையும். இதை வாய்ப்பாகப் பயன்படுத்திக்கொண்டு காட்டுமாட்டின்

குரல்வளையைப் பிடிக்க வேங்கைப்புலி முயலும். இரண்டு வலுவான உயிரினங்கள் இடையே நடக்கும் இந்தப் போராட்டத்தில் வேங்கைப்புலி தனது பாதத்தைச் சிறப்பாகப் பயன்படுத்தும். தனது வலுவான பாதத்தால் வேங்கைப்புலி கொடுக்கும் அடி, காட்டுமாடு போன்ற உறுதியான உயிரினங்களைக்கூட அதிர்ச்சியடைய வைக்கும். உண்மையில், காட்டுமாட்டை வேட்டையாடும் வேங்கைப்புலியைப் பார்த்து இப்படிக் கூறுவது சரியாக இருக்கும்: 'உழைப்புக்கேற்ற கூலி'.

ஆடு
உடலே
ஆடு

காந்தம் எப்படி இரும்பை ஈர்க்கிறதோ, அதுபோல பெருமளவு ஈக்களை ஈர்க்கக்கூடியவை வளர்ப்பு மாடுகள். நன்கு குளித்த மாடு அல்லது எருமைகூட ஈக் கூட்டத்தை ஈர்க்கும். இந்த ஈத்தொல்லையை ஒழிக்கும் வழி அறியாத மாடுகள் எப்பொழுதும் அவற்றை விரட்டிக்கொண்டே இருக்கும். காதுகளை அசைத்தும், தலையை ஆட்டியும் விரட்டும். உடலின் பின்பகுதிக்கு வரும் ஈக்களை விரட்டுவதற்கு வாலை அவை நன்கு பயன்படுத்துகின்றன. உடலின் நடுப் பகுதியில், மாடுகள் கூடுதல் பாதுகாப்பைப் பெற்றுள்ளன. பக்கவாட்டில் உள்ள தோலை அசைக்கக்கூடிய வியக்க வைக்கும் திறனையும் அவை பெற்றுள்ளன. இந்த வசதியைக்கொண்டு ஈக்களைவிட பெரிய பொருட்கள் தோலின்மீது வந்து ஒட்டிக்கொண்டாலும்கூட, அசைத்து வெளியேற்றும் திறனை மாடுகள் பெற்றுள்ளன.

### பூச்சிவிரட்டுதல்

சட்டென்று மிரண்டு ஓடாத ஒரு மாட்டை உங்களால் கண்டுபிடிக்க முடியும் என்றால், அது சாந்தமான மனநிலையில் இருக்கும்போது கீழ்க்காணும் பரிசோதனையைச் செய்து பாருங்கள். மாடு படுத்திருக்கும்போது, அதன் பரந்த பக்கவாட்டுப் பகுதியின் மீது ஒரு தீப்பெட்டியை வையுங்கள். உடனடியாக அதன் உடலில் சிறு நடுக்கங்கள் தோன்றும். மாட்டின் தோல் அதிரவும் நடுங்கவும் தொடங்கும், குளிர்காலத்தில் நமது பற்கள் கிடுகிடுவென்று தந்தியடிக்குமே, அந்த நடுக்கத்தை இது நினைவுபடுத்தும்.

மாடு ஒரு பக்கம் அலட்சியமாக அசைபோட்டுக்கொண்டு, மற்றொரு பக்கம் பக்கவாட்டுப் பகுதிகளை நடுங்க வைத்துக்கொண்டிருப்பதைப் பார்ப்பதற்கு

வேடிக்கையாக இருக்கும். மாட்டின் பக்கவாட்டுப் பகுதியில் வைக்கப்பட்ட தீப்பெட்டி மெதுவாக நகர்ந்து தானியங்கி இயந்திரங்களில் இருந்து வரிசையாக வந்துவிழும் பொருட்களைப் போல் கீழே விழுவதுவரை, மாடு தோலை அசைத்துக்கொண்டிருக்கும்.

நான் சிறுவனாக இருந்தபோது, எங்கள் வீட்டுக்கு மாட்டையும் கன்றுகளையும் பால்காரார் கூட்டிவருவார். கன்றின் பக்கவாட்டுப் பகுதியைத் தொட்டுப் பார்ப்பது அப்போது எனக்கு மிகப் பெரிய பொழுதுபோக்காக இருந்தது. அதன் தோல் நடுநடுங்கி விரலை வெளியே தள்ள முயலும்.

**நீல்காய்**

இந்தியாவின் பல்வேறு பகுதிகளில் வாழும் வேறு சில உயிரினங்கள், குழந்தைகளுக்குப் பொழுதுபோக்காகத் திகழ்கின்றன. இந்தியாவின் மேற்கு பகுதியில் காட்டுப்பன்றி, காட்டுக்கழுதை, நீல்காய் போன்ற உயிரினங்கள் சாதாரணமாகக் காணப்படக்கூடிய பகுதிகள் உள்ளன. அவை வயல்வெளிகளின் ஊடே மேய்ந்து திரியும். அந்தப் பகுதியில் உள்ள மக்கள் சைவ உணவுப்பழக்கத்தைக் கடைபிடிப்பவர்கள் என்பதால், இந்த உயிரினங்களுக்கு எந்த ஆபத்தும் இல்லை.

குஜராத்தின் கட்ச் பகுதியில் ஒரு முறை சென்றுகொண்டிருந்தபோது, பிங்கலேஸ்வர் அருகே ஒரு கிராமத்தில் நீல்காய் கன்று ஒன்று திரிந்துகொண்டிருந்ததைப் பார்த்தேன். விசாரித்தபோது, அந்தக் கன்று அந்த கிராமத்திலேயே வளர்ந்த ஒன்று என்று கூறினார்கள். அந்தக் கன்றுடன் சின்னக் குழந்தைகள் குதூகலத்துடன் விளையாடிக்கொண்டிருந்தார்கள். பெரும்பாலான

நேரம் இரைச்சல் இட்டுக்கொண்டிருந்தார்கள். அந்தக் கன்று எளிதில் கோபம் கொள்ளாத மனநிலையை கொண்டிருந்ததால், அது அவர்களை அதிகம் ஈர்த்தது.

நீல்காயின் வால் குட்டையாக இருப்பதைப் பார்க்கலாம். மானைப் போலவே இதற்கும் வால் குட்டையாகவே இருந்தது. இந்த வாலைக் கொண்டு ஈக்களை விரட்ட முடியாது. பக்கவாட்டுப் பகுதிகளை அசைப்பதற்கான திறனை நீல்காய்க்கும் இயற்கை வழங்கியிருக்கும். எப்பொழுதாவது இதைப் பரிசோதித்துப் பார்க்க வேண்டும் என்று நினைத்துக்கொண்டேன். பக்கவாட்டுப் பகுதிகளை அசைக்கும் திறனை நீல்காய் பெற்றிருந்தால், கட்ச் பகுதியில் வாழும் குழந்தைகள் அந்த கன்றின் பக்கவாட்டுப் பகுதியைத் தொட்டுப் பார்த்து, அதற்கு எதிர்வினையாக நீல்காயின் கன்று தோலை அசைப்பதைப் பார்த்து மகிழ்வார்கள் என்பது மட்டும் நிச்சயம். நீல்காய்க்குத் தமிழில் கிருஷ்ண மிருகம் என்றொரு பெயர் இருந்திருக்கிறது.

அணில் பிடிக்கும், எலி பிடிக்குமா?

இந்தியாவின் எந்தப் பகுதியிலும், சாம்பல்–பழுப்பு நிறங்கள் கலந்த சிற்றுயிரான அணிலைப் பார்க்க முடியும். இந்திய நிலப்பகுதிகளில் அதிகம் பரிச்சயமான உயிரினங்களில் ஒன்றாக அணிலைக் கருதலாம். திறந்தவெளிப் பகுதிகளில் அது சட்டென்று கடந்து ஓடுவதையோ மரத்தில் விடுவிடுவென்று ஏறுவதையோ நீங்கள் பார்த்திருக்கலாம். நின்று அதைப் பார்க்க நீங்கள் முயன்றால், உங்களால் எளிதில் அணுக முடியாத தொலைவிலேயே அணில் நின்றுகொள்ளும். உங்களையே ஆர்வத்துடன் பார்க்கும்.

கூரான முகத்தையும் பளிச்சென்ற கண்களையும் கொண்டது அணில். காதுகள் தெளிவாகத் தெரியும், புதர் போன்று மயிர் நிறைந்த வாலைக் கொண்டிருக்கும். அதேநேரம், அதன் தனி அடையாளம், அதன் முதுகுதான். நேர்த்தி மிகுந்த அடர்ந்த கோடுகள் முதுகை அலங்கரிக்கும்.

## இரண்டு வகைகள்

அணில்களில் இரண்டு துணைவகைகள் உண்டு: ஒன்றின் முதுகில் மூன்று ஒல்லியான வெள்ளை வரிகள், இடையில் நான்கு கறுப்பு வரிகள் இருக்கும். இதுவே நாம் பார்க்கும் மூன்று வரி அணில், தென்னிந்தியாவில் அதிகம் காணப்படுகிறது. மற்றொன்று, ஐந்து ஒல்லியான வெள்ளை வரிகளைக் கொண்டிருக்கும். இது வடஇந்தியாவில் காணப்படுகிறது. இரண்டாவது வகையில் கடைசி வரிகள் தெள்ளத் தெளிவாகத் தெரியாது. இந்த இரண்டு துணைவகைகள் இடையிலான வேறுபாடு, வியப்பூட்டும் வகையில் சமீப காலத்தில்தான் கண்டறியப்பட்டது. இந்த இரண்டு வகை அணில்களும் தற்போது மூன்று வரி அணில் (Three–striped palm squirrel), ஐந்து வரி அணில் (Five–striped palm squirrel) என வேறுபட்ட வகைகளாக இனம் காணப்படுகின்றன. தென்னிந்தியாவில் காட்டு வரி அணில் (Jungle Striped Squirrel), மங்கிய வரி அணில் (Dusky Striped Squirrel) ஆகியவையும் காணப்படுகின்றன.

## பிரியமான அணில்கள்

அணில்கள் தாவர உண்ணிகள். கொட்டைகள், தானியங்கள், பழங்களை விரும்பி உண்கின்றன. இந்த உணவு வகைகளைத் தேடி சமையலறை, உணவு மேசை போன்ற இடங்களை திடீரென அவை எட்டிப் பார்ப்பதும் உண்டு. சமைத்த உணவையும் அவை விட்டுவைப்பதில்லை. கைப்பற்றிய உணவை, திறந்தவெளியில் வைத்து உண்பதற்காகப் பாதுகாப்பான இடத்தைத் தேடிச் செல்கின்றன. இப்படி எடுத்துச் சென்ற பிறகு சத்தமாக அவை கொறித்துச் சாப்பிடுவதை, உற்சாகத்தைக் கட்டுப்படுத்த முடியாததன் அடையாளமாகக் கருதலாம்.

குட்டி அணில் முன்னங்கால்களில் அரிசியை எடுத்துக் கொறிப்பதைப் பார்ப்பது அழகாக இருக்கும். இப்படி அது உண்ணும்போது, மிதமிஞ்சிய சத்தத்தை எழுப்புவதைக் காணலாம். அணில்களையும் அவற்றின் செயல்பாடுகளையும் மக்கள் பெரிய தொந்தரவாக எடுத்துக்கொள்வதில்லை. அணில்களைச் செல்லமாக அணிற்பிள்ளை என்று குறிப்பிடும் வழக்கம் தமிழகத்தில் உண்டு. அணிலைப் பார்க்கும் பெரும்பாலோர் அவற்றைப் பார்த்து புன்னகைக்கவே செய்கிறார்கள். மனிதர்கள் தொந்தரவாகக் கருதாத நிலையில், இரை கிடைக்கும் இடத்திலேயே உண்பதையும் அணில்கள் வழக்கமாகக் கொண்டுள்ளன.

## எலி தூண்டும் சீற்றம்

அதே நேரம், அணில்களைப் போன்ற கொறிப்பன வகையைச் சேர்ந்த எலிகள், நம் வீடுகளுக்கு இரை தேடிவரும்போது மனிதர்கள் வேறுபட்ட வகையில் எதிர்வினை ஆற்றுகிறார்கள். கோபத்தையும், வன்முறை வழியையும் கையிலெடுக்கிறார்கள். எலிகள் தலைகாட்டுவது தெரிந்தால், பலருக்குப் பைத்தியம் பிடித்துவிடுகிறது, உடனே சீற்றமடைந்து விடுகிறார்கள். யாரும் எலிகளைப் பார்த்துப் புன்னகைப்பதே இல்லை.

எலிகளும் அணில்களும் நெருங்கிய உறவினர்கள். அவற்றின் உடல் அளவும், பழக்கவழக்கங்களும் மட்டுமே இரண்டுக்கும் இடையிலான வேறுபாடுகளை உருவாக்குகின்றன. அணில் தன்னுடைய அழகான தோற்றத்தால் தண்டனை பெறாமல் தப்பிக்கிறது. அதே நேரம், வீடுகளில் அதிகம் இரை தேடும் எலிக்கோ எந்தச் சலுகையும் கிடைப்பதில்லை.

கங்காரு
போன்றொரு எலி!

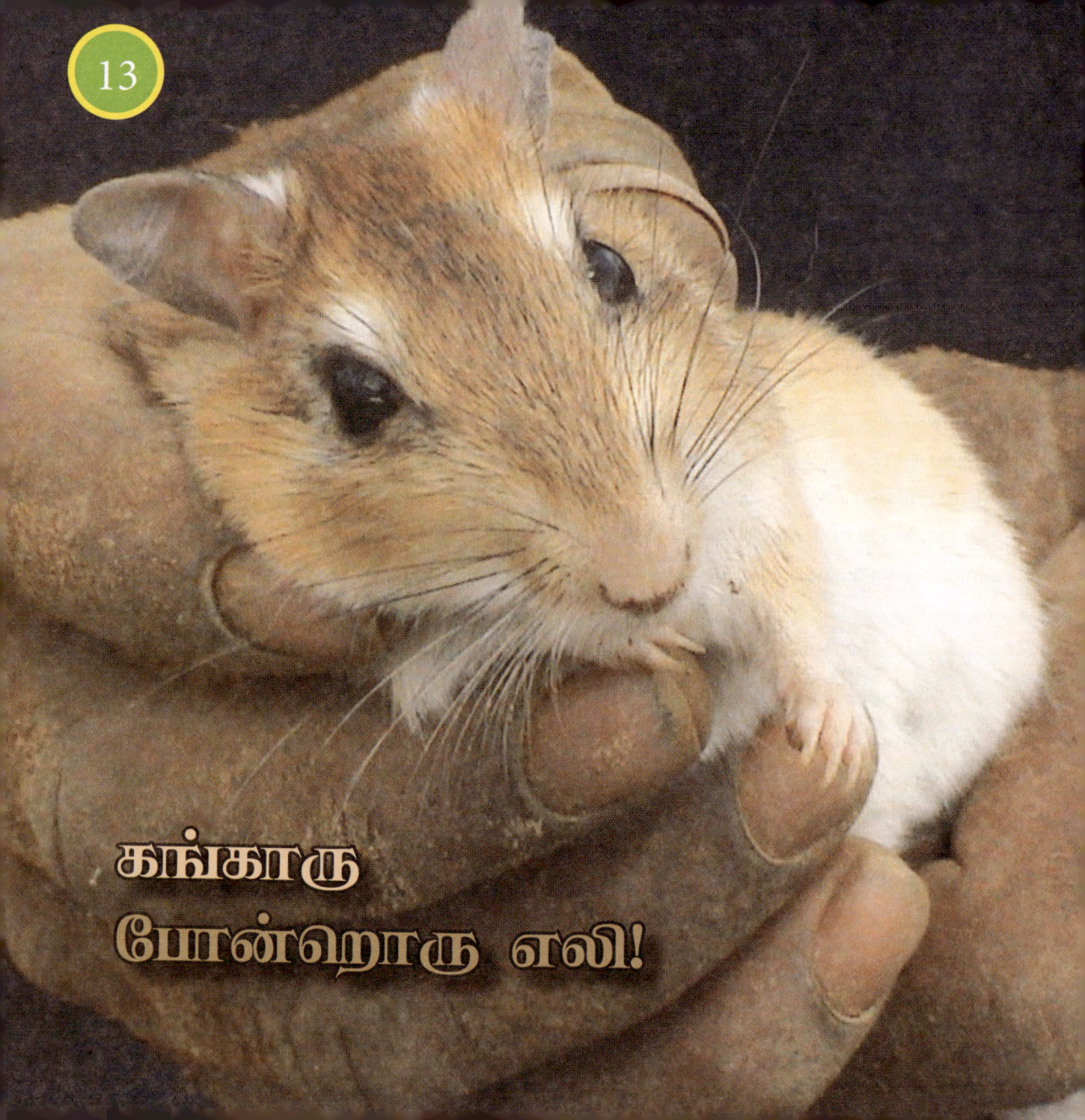

இந்தியாவில் காணப்படும் பெரிய உயிரினக் குழுக்களில் ஒன்றான எலிகள், சுண்டெலிகளைக் கொண்ட Muridae குடும்பத்தில் பல வகைகள் உண்டு. இவற்றில் அழகான எலி வகைகள் என்று பார்த்தால், அதிகமில்லை என்றே சொல்ல வேண்டும். ஒரு குழுவாகவும் நம்மைப் பெரிதாகக் கவரும் வகையில் இல்லை. இதற்கு ஒரு விதிவிலக்கு இந்திய ஜெர்பில். இதை வெள்ளெலி என்றும் குறிப்பிடுகிறார்கள். இந்தியாவில் மிக அதிக எண்ணிக்கையிலும் மிகப் பரவலான பரப்பிலும் பரவிக் காணப்படக்கூடிய எலி வகை இது. இந்த எலி வகை இந்தியச் சமவெளிகளில் பரவலாகத் தென்படக்கூடியது.

இந்த எலி கவனத்தை ஈர்க்கக்கூடிய தோற்றத்தைக் கொண்டது. இளமஞ்சளும் வெண்மையும் கலந்த மயிர்ப்போர்வையைக் (Fur coat) கொண்டிருக்கும். மற்ற எலி வகைகளுக்கு மாறாக, இந்த எலியின் வாலும் வேறுபட்டிருக்கும். இந்த எலியின் வால் மென்மயிரால் போர்த்தப்பட்டது. வாலின் முனை குடுமி போலவோ, குஞ்சம் போலவோ இருக்கும். அதன் பெரிய, கரிய கண்கள் வழக்கத்துக்கு மாறான கவர்ச்சியைக் கொண்டிருக்கும். ஒட்டுமொத்தமாகப் பார்த்தால், பலரையும் ஈர்க்கக்கூடிய முயல் அல்லது ஹாம்ஸ்டர் எனும் வெளிநாட்டு செல்லப்பிராணியைப் போலிருக்கும்.

### அசாதாரணத் தாவல்

ஜெர்பில், பகல் வேளைகளில் வளைகளில் உறங்கும். இந்த வளைகள் திறந்தவெளிகளிலோ புதர்களுக்கு அடியிலோ இருக்கலாம். இரவாடியான ஜெர்பில், சூரியன் மறைந்தபின் இரை தேடி வெளியே வரும். பெரும்பாலும்

தானியங்கள், புற்கள், வேர்களை உண்ணும். விரைவாக எச்சரிக்கை உணர்வு பெற்றுவிடும் இந்த எலி, சட்டென்று ஓடி வளைக்குள் மறைந்துவிடும்.

அவசரத்தில் ஜெர்பில் எலி இப்படி ஓடும்போது காணக்கூடிய விநோதமான விஷயம் என்னவென்றால், அதன் தாவும் பண்புதான். தாவுவதற்காக அறியப்பட்ட ஆஸ்திரேலிய விலங்கான கங்காருவைப் போல் இதுவும் தாவும். இவற்றின் பின்னங்கால்கள் நன்கு நீண்டவை. தாவுவதற்கு இந்தக் கால்களே உதவுகின்றன. உயிர் பிழைப்பதற்காகத் தப்பி ஓடும்போது, அது அசாதாரணமாகத் தாவுகிறது. ஒரு நாயின் பின்பகுதியில் ஒரு ஜெர்பில் இருக்கிறது என்றால், அங்கிருந்து குதித்தெழுந்து நாயின் முழு நீளத்தையும் கடந்துகூட ஜெர்பில் தாவிவிடும் என்று கூறப்படுகிறது.

## என்ன சம்பந்தம்?

ஜெர்பில் எலியை, கங்காரு எலி என்று கூறுவது மிகவும் பொருத்தமானதே. அதேநேரம் வட அமெரிக்காவின் வறண்ட, பாலைவனப் பகுதிகளில் வாழும் மற்றொரு குழு உயிரினங்களுக்குக் கங்காரு எலி என்ற பெயர் வழங்கப்படுகிறது. இந்த உயிரினங்களின் நீண்ட வாலின் முடிவில் முடி நிறைந்த குஞ்சம் உண்டு. அவையும் தங்கள் பின்னங்கால்களின் உதவியாலேயே தாவுகின்றன. அதேநேரம், அமெரிக்காவின் மேற்குப் பகுதியில் உள்ள சிறிய வகைக் கொறிப்பன, கங்காரு சுண்டெலிகள் என்று குறிப்பிடப்படுகின்றன.

இந்தப் பெயர்க் குழப்பத்தை இன்னும் அதிகரிக்கும் வகையில் சில கொறிக்கும் உயிரினங்களுக்கு ஜெர்போவா என்ற பெயர் உண்டு. கேட்பதற்கு ஜெர்பில் என்பது போலவே ஒலிக்கும். இதுவும் பின்னங்கால்களால் நகரக்கூடிய ஒன்றே. இந்திய

ஜெர்பில்களுக்கு நெருங்கிய உறவு கொண்ட உயிரினங்களின் பெயர் ஜிர்ட்ஸ் (jirds).

இந்திய ஜெர்பிலுக்கு இந்தியில் ஹர்னா முஸ் என்று பெயர். அப்படியென்றால் இரலை எலி என்று பொருள். இரலை மான்கள் அல்லது வெளிமான்கள் எனப்படுபவை பெரிய கண்களைக் கொண்டவை. இரண்டு உயிரினங்களின் கண்களுக்கும் சில ஒற்றுமைகள் உண்டு. அதுவே இந்த இந்திப் பெயருக்குக் காரணமாக இருக்க வேண்டும்.

# உங்கள் உணவுதான், என் இரை

நமக்கு மிகவும் பிடித்த சில உயிரினங்களில், கீரிப்பிள்ளைக்குத் தனி இடம் உண்டு. குட்டைக்கால்கள், நீண்ட வாலுடன் சுறுசுறுப்பாக ஓடும் இரைகொல்லியான நீர்நாயும், நமக்குப் பிடித்த மற்றொரு பாலூட்டிதான். அதேநேரம் தனது நீர்வாழ் உறவினரைப் போல் அல்லாமல், கீரிப்பிள்ளை பெரும்பாலும் தரையில், பகலில் நடமாடி இரை தேடுகிறது. அத்துடன் இது பரவலாகக் காணப்படுவதால், இந்த உயிரினம் நாம் நன்கு அறிந்த ஒன்றாக உள்ளது.

ஆர்வம் நிறைந்த, பயம் என்ற வார்த்தைக்கு அர்த்தம் தெரியாத உயிரினமான கீரிப்பிள்ளை, மனிதர்களின் கண்களுக்கு சாதாரணமாக தென்படக்கூடியது. கீரிப்பிள்ளை பாம்புகளை கொல்லக்கூடியது, அதிலும் 'அதிக நஞ்சு கொண்ட, பெரிய நல்ல பாம்புகளை அது கொல்லும்' என்பது நிறுவப்பட்ட உண்மை. குறிப்பாக ருட்யார்டு கிப்ளிங்கின் 'ரிக்கி டிக்கி டாவி' புத்தகத்தில் இது குறித்து எழுதப்பட்ட பிறகு, கீரியின் இந்தப் பண்பு பிரபலம் ஆகியிருக்க வேண்டும். இருந்தபோதும் அதன் இரை என்று பார்த்தால், நன்கு வளர்ந்த நல்ல பாம்புகள் அந்தப் பட்டியலில் இல்லை. தேள்களைப் போன்ற சிற்றுயிர்களையே, கீரி அதிக அளவில் சாப்பிடுகிறது.

## அறியும் ஆர்வம்

ஒரு முறை நானும் நண்பர் ஒருவரும் கீரிப்பிள்ளை ஒன்று புதருக்குள் சென்று மறைவதைப் பார்த்தோம். அப்போது எனது நண்பர் வௌவால் அல்லது எலி கத்துவது போன்ற ஒரு கீச்சுக் குரலை எழுப்பினார். அதனால் ஈர்க்கப்பட்ட அந்த கீரிப்பிள்ளை, உடனடியாக வெளியே வந்து 'யாரது?' என்பதுபோல் எட்டிப் பார்த்தது.

யார் அந்த சத்தத்தை எழுப்பியது என்பதை, அதனால் கண்டறிய முடியவில்லை. தனது கழுத்தைத் தூக்கி, சுற்றியுள்ள புல்வெளிகளுக்குள் உற்றுப்பார்த்தது.

மற்ற உயிரினங்களின் உணவை எடுத்துக்கொள்ள, கீரிப்பிள்ளை எப்போதும் தயாராகவே இருக்கும். வண்டலூர் உயிரியல் பூங்கா, மைசூர் உயிரியல் பூங்காக்களில் மற்ற உயிரினங்களுக்கு வைக்கப்பட்ட உணவை கீரிப்பிள்ளை தைரியமாக எடுத்துச் சாப்பிடுவதை நான் பார்த்திருக்கிறேன். இந்த மனப்பான்மை, அதன் உறவினர்களிடம் காணப்படும் பண்பின் நீட்சிதான். காடுகளில் செங்கீரி (Striped–necked mongoose) என்றொரு வகை உண்டு. வேங்கைப்புலி, சிறுத்தை அடித்த இரையைச் சாப்பிடுவதற்கு இது தைரியமாகச் செல்லும்.

## தேடி வந்த கீரிகள்

தரையில் ஏதாவது உணவு கிடந்தால், அதைச் சாப்பிட்டு விடலாமே என்பதுதான் கீரிகளின் இயல்பான எண்ணமாக இருக்கும். இயற்கை எழில் கொஞ்சும் சிறு மலைப்பகுதியில் அமைந்திருந்த பள்ளி ஒன்றில், என் சகோதரர் முன்பு படித்துக்கொண்டிருந்தார். அந்தப் பகுதி கீரிப்பிள்ளைகளின் வாழிடமும்கூட. மதிய உணவைச் சாப்பிட்டு முடித்தவுடன், எஞ்சிய உணவைக் குழந்தைகள் கொட்டிவிட்டுப் போகும் ஓர் இடத்தை அங்கிருந்த கீரிப்பிள்ளைகள் நன்கு அறிந்திருந்தன.

பிறகு அடிக்கடி அங்கு வந்து கீரிப்பிள்ளைகள் ஆராய்ந்து பார்க்கத் தொடங்கியிருக்கின்றன. குறிப்பாக, அந்த குப்பைத்தொட்டிக்குள். எல்லோரும் மதிய உணவு சாப்பிட்டுக்கொண்டிருந்த பரபரப்பான நேரத்திலும்கூட, இந்த

இடத்தில் கிடக்கும் எஞ்சிய உணவைச் சாப்பிடுவதற்கு அவை ஆர்வமாக வந்திருக்கின்றன.

சீக்கிரமே எனது சகோதரரும் அவருடைய நண்பர்களும் கீரிப்பிள்ளைகளுக்கு சுவையான உணவைக் கொண்டுவந்து கொடுக்கத் தொடங்கினார்கள். இந்தச் செய்தி எப்படித்தான் எல்லா கீரிப்பிள்ளைகளுக்கும் தெரிந்ததோ! மதிய உணவு நேரத்தில் அந்தப் பகுதியில் இருந்த எல்லா கீரிப்பிள்ளைகளும் அங்கே வரத் தொடங்கிவிட்டனவாம். யாரும் அவற்றின் எண்ணிக்கையைக் கணக்கிட்டு அறியவில்லை என்றாலும்கூட, கிட்டத்தட்ட 50 கீரிப்பிள்ளைகள் இருந்திருக்கலாம். இது பெரும் ஆச்சரியமளிப்பது. முதலாவது ஆச்சரியம், அந்த சிறிய பகுதியில் இத்தனை கீரிகள் வாழ்வது. இரண்டாவது ஆச்சரியம், கீரிப்பிள்ளைகள் பொதுவாகத் தனியாகவோ அல்லது சிறு குடும்பமாகவோதான் இருக்கும். இப்படிக் கூட்டமாக வாழ்வதில்லை.

கடைசியாக ஒரு தகவல், மனிதர்களுக்கான உணவை காட்டுயிர்களுக்குத் தருவது தவறு என்று அறிவியலாளர்கள் வலியுறுத்துகிறார்கள். என் தம்பி பள்ளியில் படித்த காலத்தில் அந்தச் சிந்தனை தோன்றியிருக்கவில்லை. அதே நேரம் இன்றைக்கு அது கவனத்தில் கொள்ள வேண்டிய ஒன்று.

# 15

# மூக்கில் ஒளிந்திருக்கும் மர்மம்

மனிதர்களிடையே மிகவும் பிரபலமான காட்டுயிர்களில் ஒன்று நீர்நாய்கள் (Otters). இவை வேடிக்கையானவை. நீர்நாய்களைப் போலவே தோற்றமளிக்கும் அவற்றின் தூரத்து உறவினர்களான மரநாய்கள் (Civets) அல்லது கீரிப்பிள்ளைகளுடன் ஒப்பிடும்போது, மனிதர்களுக்கு மிகவும் பிடித்தமானவையாக நீர்நாய்கள் உள்ளன.

புனுகுப் பூனை (Small indian civet), மரநாய் (Common palm civet) போன்ற காட்டுயிர்கள் எளிதில் மனிதர்களின் கண்களில் தென்படாதவை. இரவில்தான் அவை நடமாடும். கீரிப்பிள்ளைகளைப் பெரும்பாலோர் பார்த்திருக்கலாம் (இப்போது அதற்கான வாய்ப்பும் குறைந்துவருகிறது). பிரபலமான எதிரிகளாகக் கருதப்படுபவர்களுக்கு அடைமொழியாகச் சுட்டப்படும் 'கீரியும் பாம்பும் போல' என்ற பழமொழிக்கு ஏற்ப பாம்பைக் கீரி வேட்டையாடும்போதும், அவற்றை வைத்துப் பாம்பாட்டிகள் வித்தை காட்டும்போதுதான் பெரும்பாலோர் பார்த்திருப்பார்கள்.

## குடும்ப பண்புகள்

நீர்நாய்கள், மனிதர்களைக் கவர்வதற்கு அவற்றின் பல்வேறு பண்புகளே முக்கியக் காரணம். குடும்பமாக வாழும் இந்த உயிரினங்கள், எல்லா நேரமும் சுறுசுறுப்பாகச் செயல்படும் தன்மை கொண்டவை. உயிரினக் காட்சியகத்தைப் போன்று தடுப்புகளுக்குள் அடைத்து வளர்க்கப்படும்போதுகூட, எப்பொழுதும் இயங்கிக்கொண்டே இருக்கக்கூடியவை. தங்களைச் சுற்றியுள்ள அனைத்தைப் பற்றியும் அறிந்துகொள்ள வேண்டும் என்ற பேரார்வம் கொண்டவை. பின்னங்கால்களால் நிமிர்ந்து நின்றுகொண்டு எல்லாவற்றையும் தெளிவாகப் பார்க்க முயல்பவை.

கீச்சுக் குரலில் கத்திக்கொண்டும், குட்டையில் நீந்திக்கொண்டும், நீந்தியபடியே தண்ணீருக்கு வெளியே தலையைத் தூக்கிப் பார்ப்பது, மீண்டும் தண்ணீரில்

மூழ்குவது என்று பார்ப்பவர்களின் கண்களை எல்லா நேரமும் தங்களிடமே பிடித்துவைத்திருக்கும் தன்மைகொண்டவை. வெளிநாடுகளில் நீர்நாய்கள் நம்பகத்தன்மை மிகுந்த, பாசமான வளர்ப்பு உயிரினங்களாகக் கருதப்படுகின்றன.

இத்தனை நல்ல விஷயங்கள் இருந்தும்கூட, இன்னமும் சில மனிதர்கள் நீர்நாய்களை வேட்டையாடவே செய்கிறார்கள். மெத்து மெத்தென்றிருக்கும் அவற்றின் மயிர்ப்போர்வைகளுக்காக (Fur coat) நீர்நாய்கள் கொல்லப்படுகின்றன. இதற்கு அயல் நாடுகளில் அதிக விலை கிடைப்பதே காரணம்.

இந்தியாவில் நீர்நாய்களின் எண்ணிக்கை பொதுவாகக் குறைவாகவே உள்ளது. அவற்றின் மயிர்ப்போர்வைகளைக் கைப்பற்றப் பெரும் போட்டியும், மயிர்ப்போர்வைக்கான வர்த்தகத் தேவை மிக அதிகமாகவும் இருக்கிறது.

## வேறுபாடுகள்

இந்தியாவில் மூன்று வகையான நீர்நாய்கள் உள்ளன. நீர்நாய் (Common otter), மென்மயிர் நீர்நாய் (Smooth indian otter), நகமற்ற நீர்நாய் (Clawless otter). இந்த மூன்று வகை நீர்நாய்களும் அதிக எண்ணிக்கையில் இருப்பதாகத் தெரியவில்லை.

இந்திய நீர்நாய் வகைகளில் நகமற்ற நீர்நாய் மிக அரிதானது. இவற்றை வேறுபடுத்தி அறிவது கடினம். ஏனென்றால் மூன்று வகை நீர்நாய்களும் பார்க்க ஒரே மாதிரியான தோற்றத்தில் இருக்கும். நகமற்ற நீர்நாய் இருப்பதிலேயே சிறியது. மற்ற இரண்டு நீர்நாய் வகைகளைவிட நீளம் குறைந்தது.

மென்மயிர் நீர்நாய், இந்தியாவில் பரவலாக காணக்கூடியது. சென்னை கிண்டி குழந்தைகள் பூங்காவில் முன்பு வளர்க்கப்பட்டது. நீர்நாயைவிட மென்மயிர் நீர்நாய் மிகவும் மென்மையான, வெல்வெட் போன்ற மயிர்ப்போர்வையைக் கொண்டது. அதன் தலையும் வித்தியாசமான வடிவத்தில் இருக்கும். வால் தட்டையாக

இருக்கும். இப்படி வேறுபாடுகளைச் சுட்டினாலும் காடுகளில் பார்க்கும்போது நீர்நாய் வகைகளை வேறுபடுத்தி அறிவது கடினம்தான்.

### குழப்பம் தீர்க்க...

இதைத் தீர்க்க ஒரு வழி இருக்கிறது. நீர்நாயை உற்றுநோக்கும்போது, அது எந்த வகை என்பதை பிரித்தறிய முதலில் தெளிவாகப் படம் எடுத்துக்கொள்ள வேண்டும். நீர்நாயின் முன்பக்கத் தோற்றமும் தலையும் தெரியும் வகையில் படம் இருக்க வேண்டும்.

பல பாலூட்டிகளைப் போலவே நீர்நாய்க்கும் மூக்குத்துளையைச் சுற்றி ஈரமான ஒரு பரப்பு இருக்கும். இதற்கு Rhinarium என்று பெயர். இந்த ரினாரியத்தின் வடிவம் மூன்று நீர்நாய் வகைகளுக்கும் வேறுபட்டிருக்கும். அவற்றை பிரித்தறிய இந்த வேறுபாட்டை பயன்படுத்திக்கொள்ளலாம். காட்டுயிர்களில் எந்த அம்சத்தை கவனித்துப் பார்க்க வேண்டும் என்பதை கவனத்தில் கொண்டால், எல்லா உயிரின வகைகளையும் பிரித்தறியலாம். இதுவே நாம் அறிய வேண்டிய ரகசியம்.

# சட்டைப் பையில் வெளவால்!

கதிரவன் விடைபெறும் அந்தி நேரத்தில், மொட்டை மாடியைப் போன்று தரையிலிருந்து சற்றே உயரமான ஏதாவது ஓர் இடத்தில் நின்றுகொள்ளுங்கள். கதிரவன் தாழத் தாழ, வெளவால்களால் வானம் உயிர் பெறுவதைப் பார்க்கலாம். அந்த வெளவால்களில் பெரும்பாலானவை சிறியவை. இவ்வளவு நேரம் எங்கு மறைந்திருந்தன எனத் தெரியாத வகையில், திடீரென ஓர் அலைபோல் புறப்பட்டு வரும் அவை, பறக்கும்போது மெல்லிய இறக்கையடிப்பு ஒலியையே எழுப்பும்.

இந்தச் சிறிய வெளவால்கள், பூச்சியுண்ணும் பிப்பிஸ்ட்ரெல் – கொசுவுண்ணி வகையைச் சேர்ந்தவை. தென்னிந்தியாவில் அதிகம் பரவிக் காணப்படும் இரண்டு கொசுவுண்ணி வகைகள்: சோழமண்டலக் கொசுவுண்ணி (Pipistrellus coromandra), சின்னக் கொசுவுண்ணி (Pipistrellus pygmaeus). இரண்டுமே அடர் நிறத்தில், ஒரே மாதிரியான தோற்றத்தைக் கொண்டவை. சோழமண்டலக் கொசுவுண்ணி உடல் அளவில் சற்றே பெரியது. அதேநேரம் கொசுவுண்ணி வெளவால் குடும்பமே, உலகில் மிகச் சிறிய பாலூட்டி. சின்னக் கொசுவுண்ணி

2–3 கிராம் எடையைத்தான் கொண்டிருக்கும். அதனுடன் ஒப்பிட்டால், பல பூச்சி வகைகள் அதிக எடை கொண்டவை.

கொசுவுண்ணி பார்க்கச் சிறியதாக இருந்தாலும், திறன் வாய்ந்த பூச்சி விழுங்கும் இயந்திரம்போல் செயல்படும். பூச்சியுண்ணும் வௌவால் வகைகள் ஒரு மணி நேரத்துக்கு 1,000 பூச்சிகளை விழுங்கும் திறன்படைத்தவை. ஒவ்வொரு 3–4 விநாடிகளுக்கும் ஒரு பூச்சியை அவை விழுங்கும். பொறி வண்டுகள், எறும்புகள், குளவிகள், பாச்சை (கிரிக்கெட் பூச்சிகள்), வெட்டுக்கிளிகள், ஈக்கள், கொசுக்கள், அந்திப்பூச்சிகள், கறையான்கள் போன்றவற்றை கொசுவுண்ணி வௌவால்கள் உண்ணுகின்றன. வௌவால்கள் மட்டும் இல்லையென்றால், தொல்லைதரும் பெரும் பூச்சிப் படையை நாம் எதிர்கொண்டாக வேண்டியிருக்கும் என்பதில் எந்தச் சந்தேகமும் இல்லை.

தங்களுக்குப் பாதுகாப்பு தரும் இடுக்குகள், இடைவெளிகள், பிளவுகளில் கொசுவுண்ணி வௌவால்கள் பகல் நேரத்தில் பதுங்கிக்கொள்கின்றன. அவை மிகச் சிறிதாக இருப்பதால், ஓய்வெடுக்கும் இடம் எதுவாக வேண்டுமானாலும் இருக்கலாம்: கூரைக்குக்கீழ் இருக்கும் இடைவெளி, படச் சட்டங்கள், சுவர் அல்லது மரத்தில் இருக்கும் ஓட்டைகள், மரப்பட்டைகள் அல்லது காய்ந்த இலைச்சருகுகள். மாலை நேரத்தில் எங்கிருந்து இவ்வளவு அதிக எண்ணிக்கையில் படைபோல் அவை புறப்பட்டுவருகின்றன என்கிற கேள்விக்கு, மேற்கண்ட பல்வேறுபட்ட ஓய்விடங்கள் விடையளிக்கக்கூடும்.

ஒரு முறை வீட்டிலிருந்து சில நாள்களுக்கு நான் வெளியே சென்றிருந்தேன். அப்போது என்னுடைய சட்டை ஒன்றைக் காய வைப்பதற்காக வீட்டுக்குள் இருக்கும் கொடிக்கயிற்றில் தொங்கவிட்டுச் சென்றிருந்தேன். ஊர் திரும்பிய பிறகு, அந்தச் சட்டையை இஸ்திரி போடுவதற்காக எடுத்தேன். அதனால் தொந்தரவுக்கு உள்ளான கொசுவுண்ணி வௌவால் ஒன்று, என் சட்டைப்பையிலிருந்து வெளியே வந்தது. வீட்டுக்குள் சிறிது நேரம் பறந்துகொண்டிருந்த அது, பிறகு நாள் முழுவதும் வீட்டு உத்தரத்தில் தொங்கிக்கொண்டிருந்தது.

# 17
# தவம் செய்த வெளவால்

எங்கள் வீட்டுக்கு சிறிய கொசுவுண்ணி வெளவால் அவ்வப்போது வருவது வழக்கம். அப்படி அது வந்தால், நாங்கள் ஓரமாகப் ஒதுங்கிக்கொள்வோம். அதேநேரம் அதைவிட சற்று பெரிய வெளவால், எங்கள் வீட்டுக்குள் ஒரு நாள் நுழைந்தது. ஒவ்வொரு அறையாக அது பறந்துகொண்டிருந்தது. அதன் இறக்கை அளவை கவனித்தபோது, சிறிய நாய்க்குட்டி அளவுக்கு இருக்குமோ என்று தோன்றியது.

கடைசியில் அந்த வெளவால், எங்கள் வீட்டு மர உத்தரத்தில் ஓய்வெடுக்கத் தொடங்கியது. அது பெரிய சப்பை மூக்குப் பழ வெளவால் (Cynopeterus sphinx).

பழ வௌவால் வகைகளில் இது அளவில் சிறியது. அதேநேரம் இறக்கையை விரித்தால் மிகப் பெரிய உயிரினம்போல் தோன்றியது. உண்மையில் ஒரு கைப்பிடிக்குள் அடங்கிவிடும் அளவுள்ள உடலையே அது கொண்டிருந்தது.

கபிலப் பழ வௌவால்களும் பெரிய பழ வௌவாலும் எளிதில் காணக்கூடிய மற்ற பழ வௌவால் வகைகள். இந்த இரண்டும் சப்பை மூக்குப் பழ வௌவாலைவிட அளவில் பெரியவை, பகலில் பெருங்கூட்டமாக ஒய்வெடுக்கக்கூடியவை. அதேநேரம் சப்பை மூக்குப் பழ வௌவால் மரத்துளைகள், இலைக்கூட்டம், கிளைகளில் ஓய்வெடுக்கும். பெரும்பாலும் தனியாகவும் சில நேரம் சிறு குழுவாகவும் ஓய்வெடுக்கும். பனம் பழம், ஆலம் பழங்களை விரும்பி உண்ணும்.

சரி, இந்த வௌவாலை எப்படி அடையாளம் காண்பது? இதன் தலை, நாய்த்தலையைப் போன்றிருக்கும். முடியற்ற, வெள்ளைக் கோடு கொண்ட காதுகள், மூக்குத்துளைகள் வெவ்வேறு திசைகளில் திரும்பி இருப்பது ஆகியவற்றைக் கொண்டு அடையாளம் காணலாம்.

தவம் செய்வதுபோல் எங்கள் வீட்டு மர உத்தரத்தில் தொங்கிய அது, நான் படமெடுக்க நெருங்கியபோது ஆடாமல்–அசையாமல் இருந்தது. படமெடுத்து முடித்த சிறிது நேரத்துக்கெல்லாம் அதன் மோனத் தவம் கலைந்து, குறுக்குமறுக்காகப் பறக்கத் தொடங்கியது. பிறகு வெளியேறியும்விட்டது.

ஊனுண்ணி
வண்ணத்துப்பூச்சி!

தோட்டத்திலோ காட்டிலோ நடந்து செல்லும்போது பாதையை ஒட்டியுள்ள பகுதிகளில் இருந்து சிறிய வண்ணத்துப்பூச்சிகள் எழுந்து பறப்பதை நீங்களும் கண்டிருக்கலாம். தொடக்கத்தில் அவற்றை நீங்கள் கவனிக்காமல் கடந்திருக்கலாம். அவை அளவில் சிறியதாக இருப்பதும், தெளிவாகத் தெரியாமல் இருப்பதும் இதற்குக் காரணமாகலாம்.

இறக்கையை விரித்துப் பறக்கத் தொடங்கும்போது, அவை தெளிவாகத் தெரியும். அப்போது அவற்றின் இறக்கையின் மேற்புறத்தில் இளநீலம் அல்லது கத்தரிப்பூ நிறம் தெரியும். இந்த வகை வண்ணத்துப்பூச்சிகள் Lycaenidae என்ற பெரிய குடும்பத்தைச் சேர்ந்தவை. பொதுவாக, இவை 'நீலன்கள்' என்று குறிப்பிடப்படுகின்றன. அதற்குக் காரணம், அவற்றின் நிறம்தான்.

### எறும்புக் காவல்

இந்த வகை வண்ணத்துப்பூச்சிகளின் இறக்கையில் நீலம் மட்டுமே முதன்மை நிறமாக இருப்பதில்லை. எடுத்துக்காட்டுக்கு, வெள்ளிக் கம்பிக்காரி (Common silverline) என்ற வண்ணத்துப்பூச்சியின் இறக்கையின் அடிப்புறம் வெள்ளை நிறம் மீது பட்டையான, பகட்டான ஆரஞ்சு நிறக் கீற்றுகள் காணப்படும். இந்தக் கீற்றுகள் முடியுமிடத்தில் கறுப்பு நிற எல்லைக்கோடு இருக்கும். நடுவில் பிளந்தது போன்ற லேசான வரியொன்றும் இருக்கும். அதேநேரம் இந்த வண்ணத்துப்பூச்சி இறக்கைகளை விரித்து வைத்திருக்கும்போது, மேலிருந்து பார்த்தால் முற்றிலும் மாறுபட்ட தோற்றத்தில் இருக்கும். இறக்கை மேற்பகுதி, அடர்பழுப்பு நிறத்தில் எடுப்பாக இருக்கும்.

குறிப்பிட்ட சில வகை எறும்புகள் இருக்கும் தாவரங்களில் மட்டுமே வெள்ளிக் கம்பிக்காரி வண்ணத்துப்பூச்சி முட்டையிடும். இதன் முட்டையிலிருந்து வெளிவரும் கம்பளிப்புழுவுக்கு எறும்புகள் காவல் இருக்கும். அந்த கம்பளிப்புழுவைத் தாக்கிச் சாப்பிடவோ, சார்ந்து வாழவோ முற்படும் உயிரினங்களிடம் இருந்து இந்த எறும்புகள் காப்பாற்றும்.

## இனிப்பு திரவப் பரிசு

வெள்ளிக் கம்பிக்காரி வண்ணத்துப்பூச்சியைப் போலவே lycaenid வண்ணத்துப்பூச்சி வகைகள் பலவற்றின் வாழ்க்கை சுழற்சி, எறும்புகள் இன்றி நிறைவடையாது. பகலில் சில நேரம், கம்பளிப்புழுக்கள் இரையை உண்பதற்காகக் குறிப்பிட்ட தாவரங்களுக்கு எறும்புகளே கூட்டாக தூக்கிக்கூடச் செல்லும். இரவில் பாதுகாப்பாக இருப்பதற்காகக் கம்பளிப்புழுக்களை மண்ணுக்கு அடியில் எறும்புகள் எடுத்துச் சென்றுவிடும். அதேநேரம் கம்பளிப்புழுவும் தோற்றுவளரியும் (larva), எறும்புகள் உண்பதற்கான இனிப்பு திரவத்தைத் தங்களுடைய சிறப்புச் சுரப்பியில் இருந்து தரும்.

அதே நேரம், எறும்புகளுடன் சேர்ந்து வாழ்வதில் ஆபத்துகள் இல்லாமலும் இல்லை. சில நேரம் கம்பளிப்புழுக்களை வேறொன்றாகக் கருதி எறும்புகள் தாக்குதல் தொடுப்பதும் உண்டு. அதனால், lycaenid வண்ணத்துப்பூச்சியின் தோற்றுவளரி எறும்புகளிடம் இருந்து பாதுகாப்பாக இருந்தாக வேண்டும். அதனால், எறும்புகளின் நடத்தையை மாற்றுவதற்குத் தோதாக, அந்தத் தோற்றுவளரிகள் சில வேதிப்பொருட்களைச் சுரக்கவும்கூடும். அத்துடன் மற்ற வண்ணத்துப்பூச்சி தோற்றுவளரிகளைவிட, lycaenid வண்ணத்துப்பூச்சி தோற்றுவளரியின் தோல்

தடிமனாக இருக்கலாம். ஏன், அதன் நகர்வுகள்கூட வழக்கமான மற்ற வண்ணத்துப்பூச்சித் தோற்றுவளரிகளில் இருந்து, வேறுபட்டு இருக்கலாம். அப்போதுதானே எறும்புகள் கடிக்காமல் இருக்கும்!

### பூச்சியுண்ணி

இந்த வகைக் கம்பளிப்புழுக்கள் எறும்புப் புற்றுகளில் வாழும் என்றும், எறும்புகளே அவற்றுக்கு உணவூட்டும் என்றும் கூறப்படுவது உண்டு. எறும்புகள் இந்த lycaenid இளம்உயிரிகளைத் தங்களுடைய சந்ததியைப் போன்றவை என்றே நம்புகின்றன. இத்துடன் முடிந்துவிடவில்லை, சில வகை lycaenid இளம்உயிரிகள் எறும்புப் புற்றுகளில் வாழ்வது மட்டுமில்லாமல், எறும்பு இளம்உயிரிகளை (முட்டை, தோற்றுவளரி, கூட்டுப்புழு) போன்றவற்றை உண்பதும் உண்டு.

வண்ணத்துப்பூச்சிகள் ஊனுண்ணக்கூடியவை என்று என்றைக்காவது நினைத்திருக்கிறீர்களா? மேற்கண்ட வண்ணத்துப்பூச்சி வகைகள் ஊனுண்ணிகளே, குறைந்தபட்சம் தோற்றுவளரியாக இருக்கும்போது அவை ஊனுண்ணிகளாகவே இருக்கின்றன. நம் நாட்டில் மற்றொரு ஊனுண்ணி வண்ணத்துப்பூச்சி வகையும் உண்டு. அது Apefly – இந்த வண்ணத்துப்பூச்சி கம்பளிப்புழு பருவத்தில், மாவுப் பூச்சி (Mealy bug) எனப்படும் பூச்சி வகையை உண்கிறது.

போலிக் கருவிழிகள்

எருக்கஞ்செடி – திறந்தவெளி, வறண்ட பகுதிகளில் வளரும் ஒரு வகைப் புதர். அதன் மொரமொரப்பான, சற்றே தடித்த இலைகள்– தண்டைக் கிள்ளினால் வெண்மையான பால் போன்ற திரவம் வரும். இப்படிச் செய்த பிறகு உங்கள் கைகளைக் கழுவிக்கொள்வது நல்லது. ஏனென்றால், அது உடலுக்குள் சென்றால் மோசமான பின்விளைவுகளை ஏற்படுத்தலாம்.

ஆனால், சில பூச்சிகள் எந்த பயமும் இன்றி இந்த எருக்கஞ்செடி இலைகளை இரையாகக் கொள்கின்றன. சில வண்ணத்துப்பூச்சிகளின் கம்பளிப் புழுக்களுக்கு மிகவும் பிடித்த இரை இந்த இலைகள்தாம். புழுக்கள் உட்கொள்ளும் நஞ்சு மிகுந்த இரையின் காரணமாக சில பறவைகளும் இரைகொல்லி உயிரினங்களும் இவற்றை இரையாகக் கொள்ள முடியாமல் போய்விடுகிறது. இதனால் இரைகொல்லிகளின் பிரச்சினையின்றி அவை வளர்ந்து பெரிதாகி, வண்ணத்துப்பூச்சி ஆகின்றன.

அடுத்த முறை எருக்கஞ்செடி ஒன்றைக் கடக்கும்போது, கவனமாகப் பாருங்கள். குறிப்பாக இலைகளின் அடியில் பாருங்கள். பிரகாசமான நிறம் கொண்ட கம்பளிப் புழுக்கள் 'மொச்சு மொச்சு' என்று இலைகளை வட்டவட்டமாகக் கடித்துச் சாப்பிட்டுக்கொண்டிருக்கலாம். அவற்றின் உடலில் இருக்கும் மஞ்சள், கறுப்பு நிற வளையங்கள் அழகைக் கூட்டும். உணர்கொம்புகளும் அவற்றுக்கு இருக்கும். இப்படி கம்பளிப் புழுவையோ அல்லது கம்பளிப் புழுக்களின் வளர்ச்சியடைந்த நிலையான கூட்டுப்புழுக் கூடோ தொங்குவதைப் பார்க்கலாம்.

## பால் தேடும் புழுக்கள்

கம்பளிப் புழுக்களைத் தாண்டி ஆகஸ்ட்–செப்டம்பர் மாதங்களில், எருக்கஞ்செடிகளில் சில கவர்ச்சிகரமான உயிரினங்களையும் பார்க்க முடியும். அவை வண்ண வெட்டுக்கிளிகள்.

இவை மிகவும் ஆச்சரியம் தரக்கூடியவை, அளவிலும் பெரியவை. இவற்றின் உடல் முழுவதும் மஞ்சள், நீல நிற வரிகள் காணப்படும். முட்களைக் கொண்ட கால்களிலும் உணர்கொம்புகளிலும்கூட வரிகளும் வளையங்களும் இருக்கும். இந்த வண்ண வெட்டுக்கிளிகளைத் தாவரங்களின் மீதுதான் பெரும்பாலும் பார்க்க முடியும். கம்பளிப் புழுக்களைப் போலவே இவையும் எருக்கம் இலைகளை உண்கின்றன. அதன் காரணமாக மற்ற உயிரினங்கள் இவற்றை இரையாகக்கொள்ள முடியாது.

மற்ற உயிரினங்கள் எருக்கஞ்செடிக்கு அருகே வரும்போது வண்ண வெட்டுக்கிளி தப்பிக் குதித்து ஓடுவதில்லை, பறந்து செல்ல முயல்வதும் இல்லை. இரைகொல்லிகள் இவற்றை உண்டால் சுவை வித்தியாசமாக இருக்கும் என்பதால், இவை தப்பிக்க முயல்வதில்லை. அவற்றை நீங்கள் நெருங்க முயலும்போது, இலைகளுக்கு அடியிலோ கிளைகள் இடையேயோ இந்தப் பூச்சி பதுங்கிக்கொள்ளும். கொஞ்ச நேரம் கழித்துப் பார்வையில் படும்படி வெளியே வரும்.

### எவ்வளவு தூரம் பார்க்கும்?

எந்தக் கோணத்தில் இருந்து அதை நோக்கினாலும், வெட்டுக்கிளியின் பெரிய கண்களில் உள்ள கறுப்புப் புள்ளி நம்மை நோக்கியே நகர்வதுபோலத் தோன்றும்.

அந்தப் புள்ளி நமது கண்களில் உள்ள கருவிழி போலத் தோற்றமளிக்கும். அது கருவிழியல்ல, போலிக் கருவிழி. வெட்டுக்கிளியின் கண்களுக்குள் நிகழும் எதிரொளிப்பால் நமக்கு இப்படித் தெரிகிறது. இந்த போலிக் கருவிழியைக் கும்பிடுபூச்சி தொடங்கி தட்டான்பூச்சிகள்வரை காணலாம்.

இந்த போலிக் கருவிழியைக் கொண்டு ஒரு பூச்சி எவ்வளவு சுற்றளவுக்குப் பார்க்க முடியும் என்பதை உயிரியலாளர்கள் கண்டறிகின்றனர். எளிமையாகச் சொல்வதானால், எந்தப் பகுதியில் நின்று பார்த்தால் போலிக் கருவிழி நமக்குத் தெரிகிறதோ, அந்தப் பகுதிவரை பூச்சிகளால் பார்க்க முடியுமாம். ஒரு புள்ளியில் இருந்து போலிக் கருவிழி தெரியவில்லை என்றால், அந்தப் பகுதியைப் பூச்சியால் பார்க்க முடியாது என்று அர்த்தம்.

இதைத்தான் விழிகளில் ஒளிந்திருக்கும் மாயம் என்று சொல்கிறார்களோ!

என்ன சத்தம்
இந்த நேரம்?

ரீப்–ரீப், ரீப்–பி–ரீப்! இமயமலைத் தொடரின் வெளிப்பகுதியில் உள்ள சிவாலிக் மலைப்பகுதிகளை ஒட்டி நடந்தால், ரம்பத்தினால் அறுக்கும்போது எழும் ஒலியைப் போன்ற சத்தமான அழைப்பைக் காலையிலும் மாலையிலும் கேட்கலாம். மலை முகடுகளுக்குச் சென்றால், மலைச் சரிவுகளில் இருந்து ஏற்கெனவே எழுப்பப்பட்ட அழைப்புகளுக்கான பதில் அழைப்புகளையும் கேட்கலாம். இந்தச் சரிவுப் பகுதிகள் ஊசியிலை மரங்கள், புதர்களால் நிறைந்திருக்கக்கூடும். எனவே, இந்த ஒலியை யார் அல்லது எது எழுப்புகிறது என்பதை உங்களால் எளிதாகக் கண்டுபிடித்துவிட முடியும் என்றே நினைப்பீர்கள். ஆனால், நீண்ட நேரம் அந்தச் சரிவுப் பகுதிகளில் நோட்டமிட்டாலும் யார் அந்தச் சத்தத்தை எழுப்புவது என்பதை உங்களால் கண்டறிய முடியாமல் போகலாம்.

அதேநேரம் உங்களைச் சுற்றி திறந்தவெளிப் பகுதி இருந்தால், சில நகர்வுகளைக் கண்டறிவதற்குச் சாத்தியம் உண்டு. கோழியைப் போன்ற அளவுடைய கரிய நிறப் பறவை, சிறிய தாவரநாற்றுகள் ஒன்றிலிருந்து மற்றொன்றுக்கு மறைந்து மறைந்து நகர்ந்துகொண்டிருக்கும். அதன் ரகசியத்தன்மை நகைப்பூட்டுவது. அது மிகவும் ரகசியமாக உற்றுப்பார்க்கவும் செய்யும். தான் அப்படி நகர்வது பாதுகாப்பானதுதான் என்பதை உறுதிப்படுத்திக்கொள்ளும். பிறகு தலையை குனிந்துகொண்டே அடுத்த மறைவுக்குப் பாய்ந்து செல்லும். இது ஆண் கறுப்பு கௌதாரி. இந்தக் கரிய நிறப் பறவையின் கழுத்து பழுப்பு நிறத்திலும், தலையின் ஒரு புறத்தில் வெள்ளைத் திட்டுப் பகுதியும் காணப்படும்.

இயற்கையைத் தேடும் கண்கள்

## எதற்கு இந்த அழைப்பு?

அது பதுங்கிப் பதுங்கி நகர்ந்தாலும்கூட, தன் சத்தமான அழைப்பை நிறுத்த வேண்டும் என்றே அதற்கு சற்றும் தோன்றாது: ரீப் ரீப், ரீப் பி ரீப்! யாருடைய இரையாகவாவது அது மாறாமல் இருப்பதற்கு தன்னைத் தானே ஒளித்துக்கொள்ள வேண்டும். அதேநேரம் தன் அழைப்புக் குரலையும் அது வெளியிட்டாக வேண்டும். மற்ற பறவைகளைப் போலவே வேறு பல காரணங்களுக்காகவும், தன் மீது கவனத்தைக் குவிய வைக்கவும் அது இப்படிச் செய்கிறது. இப்படித் தன் ஒலியை அடிக்கடி அது வெளியிடுவது இணையை ஈர்ப்பதற்கு, தன் எல்லையை வெளிப்படுத்துவதற்கு, தன் குழுவுடன் இணைந்திருப்பது போன்றவற்றுக்காகவே.

## ஒலியெழுப்பிய மரம்?

ஒரு முறை வேறொரு இடத்தில் மற்றொரு சத்தமான அழைப்பைக் கேட்டபோது, அது என்னவென்று யூகிப்பது எனக்குக் கடினமாக இருந்தது. மாலையில், காட்டில் சூரியன் மறைந்த பிறகு, அதிரும் குரலில் ‘ஆல் ரைட் ஆல் ரைட் அல்ரைட் அல்ரைட்’ என்ற அழைப்பு காதைத் துளைக்கும் வகையில் கேட்கத் தொடங்கியது. அதைத் தொடர்ந்து சுற்றியிருந்த பகுதி முழுவதும் கோரஸ் பாடகர்கள்போல் ஒலி எழத் தொடங்கியது. அந்தக் அழைப்புகளின் வேகம் தொடர்ந்து அதிகரித்துக்கொண்டே வந்தது. "அவ்ரைட் அவ்ரைட், அவ்ர்யேஅவ்ர்யேஅவ்ர்யே அவ்ர்யே...". சிறிது நேரத்துக்குப் பிறகு, வானம் முற்றிலும் இருண்ட பிறகே, அந்தச் சத்தம் நின்றது.

இந்தச் சத்தம் அடிமரப் பகுதியில் இருந்தே எழுந்திருக்க வேண்டும். சத்தத்தை ஏற்படுத்திய அந்தப் பூச்சிகள் சிள்வண்டுகளாக இருக்கும் என்று நான் யூகித்தேன். அவை பூச்சி வகைகளைச் சேர்ந்தவை. ஆனால், அவற்றை என்னால் பார்க்க முடியவில்லை. அந்தச் சத்தம் காதைத் துளைப்பதுபோல் இருந்தாலும், மரத்தில் எதையுமே என்னால் பார்க்க முடியவில்லை. அப்படியானால், மரத்தின் கிளைதான் அந்தப் பெருஞ் சத்தத்தை எழுப்பியிருக்குமோ என்று சந்தேகிக்கத் தோன்றியது!

அப்போது ஏதோ நகர்ந்தது. கால்களில் முட்களைக் கொண்ட மிகப் பெரிய ஈயைப் போன்ற தோற்றத்துடன் இருந்த ஒரு பூச்சி, நான் பார்த்துக்கொண்டிருந்த இடத்தில் இருந்து எழுந்து பறந்தது. பறந்து போய் மரக்கிளையின் மற்றொரு பகுதியில் அது அமர்ந்தது. அது உட்கார்ந்த உடனே என் பார்வையில் இருந்து மறைந்துபோனது. அந்த அளவுக்கு சிறந்த உருமறைத் தோற்றத்தை அது பெற்றிருந்தது. அதுதான் ஆல்ரைட் ஆல்ரைட் என்று கத்திய சிள்வண்டு.

# ஈசல் பிறக்கும் காலம்

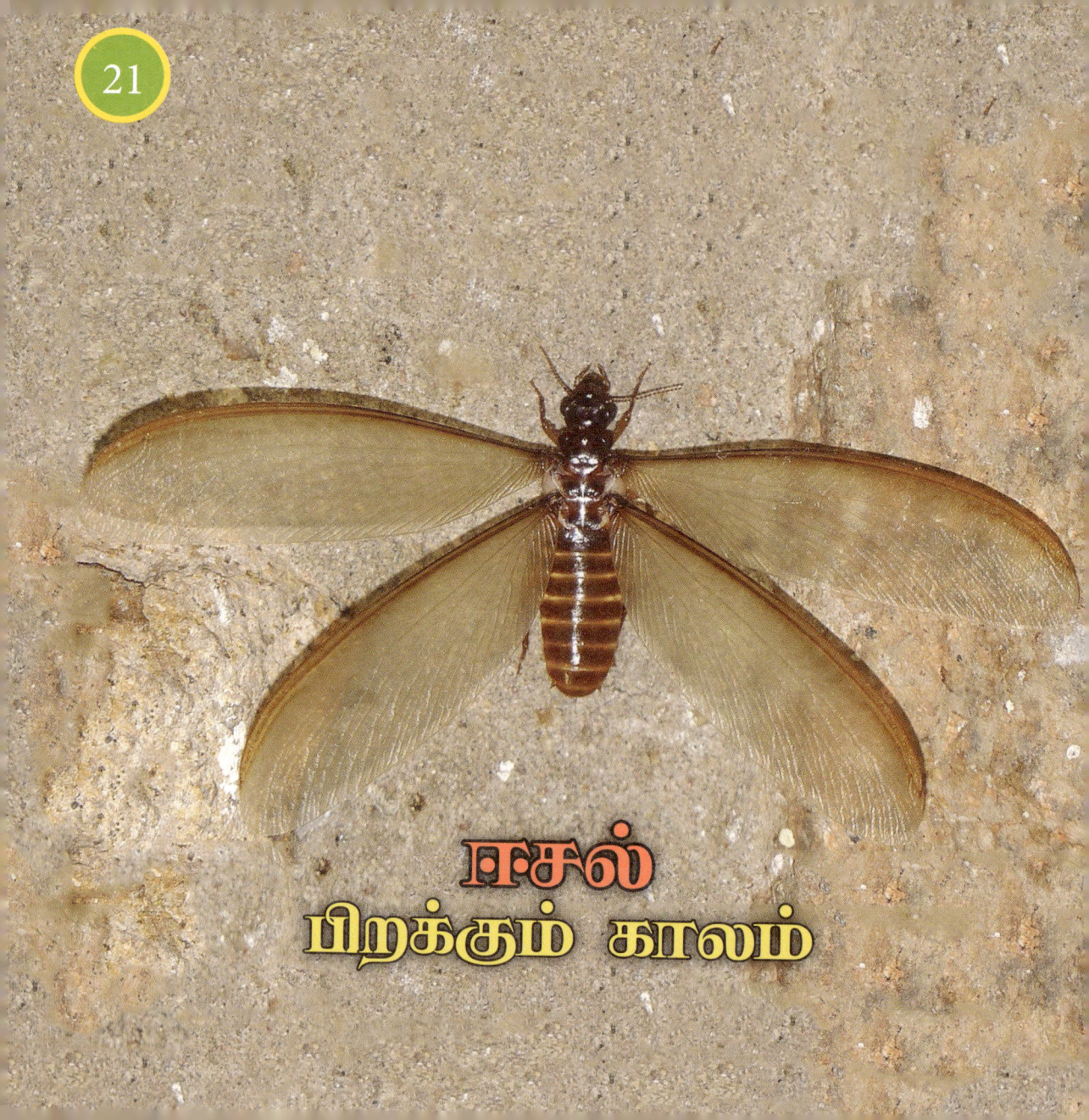

இந்தியாவெங்கும் நிறைந்திருக்கும் சிற்றுயிர்கள் கறையான்கள். சமவெளியில் தங்கள் புற்றுகளைக் கட்டியெழுப்பும் கறையான் கூட்டம், சுவர்களிலும் அதற்கு அடியிலிருக்கும் மண்ணிலும் செழித்திருக்கும். மிகமிக அரிதாகக்கூட அவற்றை வெளியில் பார்க்க முடியாது.

கறையான்கள் மண்ணுக்குள் வாழ்பவை. கறையான் புற்றுகள் மண்ணுக்குள் ஆழமாகவோ அல்லது தரைப்பகுதியை ஒட்டியோதான் அமைந்திருக்கும். நாட்டின் சில பகுதிகளில், தரையை ஒட்டியுள்ள கறையான் புற்றுகள் கூம்பு வடிவில் நன்கு புலப்படும் வகையில் மேலெழுந்து அமைந்திருக்கும். தரைக்கு அடியிலிருந்து எடுக்கப்பட்ட மண்ணுடன் கறையான்களின் எச்சிலும் சேர்க்கப்பட்டு இந்தப் புற்றுகள் கட்டப்பட்டிருக்கும்.

கறையான்கள் ஓரிடத்திலிருந்து மற்றொரு பகுதிக்குச் செல்வதற்கு உதவும் வகையிலும், அப்படிச் செல்லும்போது அவை வெளியே தெரியாமல் இருக்கும் வகையிலும் செம்மண்ணால் கட்டப்பட்ட மூடிய பாதைகள் இருப்பதையும் பார்க்கலாம். கறையான்கள் ஓரிடத்தில் இருப்பதற்கான தெளிவான அடையாளம் இது. இந்த குட்டிச் சுரங்கப்பாதைகள் ஆபத்தானவை. ஏனென்றால், ஒரு கட்டடத்தில் இந்த மண் பாதைகள் தென்படுகின்றன என்றால், அந்த இடம் அல்லது பொருள் விரைவிலேயே கறையான்களால் அழிக்கப்படக் காத்திருக்கிறது என்று பொருள்.

## கறையான்களின் வேகம்

கறையான்களுக்கு மரம் மிகவும் பிடித்தமானது – மரக்கதவுகள், மர அலமாரிகள், ஜன்னல் மரச்சட்டங்கள், ஓட்டுவீட்டின் மரச்சட்டங்கள் போன்றவற்றைக் கறையான்கள் அரித்து உண்ணும். இவை எண்ணிக்கையில் மிகுந்தவை, இடையறாது உழைப்பவை, அரிக்கப்பட்ட வேகத்தை உணர முடியாத அளவுக்கு

அமைதியானவையும்கூட. புத்தகங்கள், கோப்புகள், ஆவணங்கள் போன்ற காகிதப் பொருட்களையும் கறையான்கள் சிதைக்கும். எனக்குத் தெரிந்து ஒரு முறை, சிறந்த எண்ணெய் வண்ண ஓவியம் ஒன்றை அவை அரித்துவிட்டன. கறையான்களுக்கு ஓவியத்தின் அருமையும் தெரியும் என்பதைப் புரிந்துகொள்ள முடிந்தது. ஓவியக் கித்தான் அவற்றுக்குச் சுவையாக இருந்திருக்கலாம்!

வங்கச் சிறை ஒன்றில் ஒரே இரவில் மெத்தை ஒன்றைக் கறையான்கள் அரித்துத் தின்றுவிட்ட சம்பவம் பற்றி பூச்சியியலாளர் மேக்ஸ்வெல்–லெஃப்ராய் (Maxwell–Lefroy) குறிப்பிட்டிருக்கிறார். இத்தனைக்கும் அந்த மெத்தையின்மீது கைதிகள் படுத்திருந்தார்கள் என்பதுதான், இந்தச் சம்பவத்தின் முக்கிய அம்சம்!

நவீன கட்டுமானப் பொருட்களும், தொழில்நுட்பங்களும்கூட கறையான் அரிப்பிலிருந்து தப்பிக்க முடியாதவையாகவே உள்ளன. மண்ணுக்கு மேலே விண்ணை முட்ட உயர்ந்து செல்லும் கட்டடங்களில்கூட கறையான்கள் மேலேறிச் செல்வதைக் காணலாம். சிமெண்ட் கான்கிரீட், கறையான்களுக்குப் பெரிய இடையூறாக இருப்பதில்லை. ஏன் உலோகப் பொருள்களைக்கூட கறையான் சிதைக்கின்றன. இந்தப் பூச்சிகள் வெளியிடும் அமிலச் சுரப்பு, உலோகங்களைத் தாக்கித் துருப்பிடிக்க வைக்கின்றன.

## வாழ்க்கையில் ஒரு முறை

கறையான்களின் வாழ்க்கைச்சுழற்சியின் ஒரு கட்டத்தில் மட்டும் நமக்கு அவை வெளியே தெரிகின்றன. அப்போது மண்ணுக்கு அடியில் இருக்கும் தங்களுடைய புகலிடத்திலிருந்து பெரும் எண்ணிக்கையில் அவை வெளியேவருகின்றன. இந்த நேரத்தில் இறக்கை கொண்ட ஆண் கறையான்களும் பெண் கறையான்களும் ஈசல்களாக மண்ணுக்கு வெளியே பறந்துவரும். அந்தப் பறத்தலின் இறுதியில், அவை இணைசேரும். பெண் கறையான்கள் முட்டையிடும், முட்டைகளிலிருந்து வேலைக்காரக் கறையான்கள் பிறக்கும். அவற்றுடன் புதிய கறையான் புற்று

உருவாகும். இணைகூடுவதற்குமுன் கறையான்கள் வெளியேறிப் பறக்கும்போது பறவைகள், ஊர்வன, ஏன் எறும்புகள் போன்ற பூச்சிகளை உண்ணும் அனைத்து உயிரினங்களும் கூடி, அவற்றைப் பெருவிருந்தாக்கிக் கொள்கின்றன.

## மழையின் அழைப்புமணி

ஓர் அந்தி நேரத்தில், ஈசல்கள் இப்படி வெளியே வருவதை நான் கண்டிருக்கிறேன். ஒரு நீச்சல் குளத்தின் மேற்பகுதியில் 40 அடி உயரத்தில் பொருத்தப்பட்டிருந்த பெருவிளக்குகளை நோக்கி ஈசல்கள் ஈர்க்கப்பட்டன. பிரகாசமான அந்த விளக்குகளை நோக்கி மேகக்கூட்டம் போல் ஈசல்கள் இறக்கையடித்து பறந்து சென்றுகொண்டிருந்தது, மழை பெய்வதைப் போன்ற தோற்றத்தை ஏற்படுத்தியது. ஈசல்கள் உதிர்த்த இறக்கைகள், நீச்சல் குளத்தினுடைய மேற்புறத்தின் பெரும்பகுதியை மூடியிருந்தன.

இந்தச் சம்பவத்தில் ஈசல்கள் வெளியேறிய நேரம் என் கவனத்தைப் பெரிதும் ஈர்த்தது. ஐந்து மாத வறட்சி, கடும் வெப்பத்துக்குப் பிறகு இரண்டு நாட்களுக்கு முன்னதாகத்தான் அந்தப் பருவத்தின் முதல் மழை பொழிந்திருந்தது. அதுவரை வெளியேறக் காத்திருந்த ஈசல்கள், சட்டென்று வெளியேறிப் பறப்பதற்கான அழைப்புமணியைத் தட்டியதுபோல் அந்த முதல் மழை அமைந்திருந்தது.

நத்தைகளை அஞ்சவைப்பவை

பள்ளியில் படித்தபோது ஆங்கிலப் பாடப்புத்தகத்தில் படித்த கதை ஒன்று ஞாபகத்துக்கு வருகிறது. அந்தக் கதையில் விபத்து ஒன்றில் கப்பல் உடைந்ததன் காரணமாக, ஒரு வெப்பமண்டலத் தீவில் இரண்டு சிறுவர்கள் ஒதுங்குவார்கள். கதிரவன் மறைந்தவுடன் கொசுக்கள் அவர்களைச் சூழ்ந்து கூட்டம் கூட்டமாகக் கடிக்கத் தொடங்கும். சிறுவர்கள் இருவரும் கும்மிருட்டில் பீதியுடன் ஓடுவார்கள். ஓடும்போது உடலைக் குலுக்கி கொசுக்களை விரட்டவும் முயல்வார்கள். அதற்குப் பிறகு மின்மினிப் பூச்சிகள் பறப்பதை அவர்கள் பார்ப்பார்கள். அப்போது ஒரு சிறுவன் கூறுவான்: இனி தப்பிக்க வழியே இல்லை. அந்த குட்டிப் பிசாசுகள் (கொசுக்கள்) இப்போது விளக்குடன் நம்மைத் தேடிக் கொண்டிருக்கின்றன என்று.

## இயற்கை ஒளியுமிழி

மின்மினிகளும் பூச்சிகள்தாம், ஆனால் அவற்றுக்கும் கொசுக்களுக்கும் எந்த உறவுமில்லை. அவை வண்டினத்தைச் சேர்ந்தவை Coleoptera வரிசை, Lampyridae குடும்பத்தைச் சேர்ந்தவை. இந்தக் குடும்பத்தில் 2,000 வகைகள் உலகெங்கும் உள்ளன. அவற்றில் 200 வகைகள் நம் நாட்டில் உண்டு. பூச்சி வகைகளில் வண்டுகளே மிகப் பெரிய குழு. இதுவரை 2.5 லட்சம் வண்டினங்களைப் பூச்சியியல் துறை வகைப்படுத்தியுள்ளது. வண்டினங்களிலும் மின்மினிப் பூச்சிக் குடும்பம், அவ்வளவு பெரியது அல்ல. அந்தப் பூச்சிகளின் உடல் அளவும் பெரிது என்று சொல்ல முடியாது.

மின்மினிகள் மிகவும் சுவாரசியமானவை, காரணம் அவை இயற்கை ஒளிஉமிழிகள் (Bioluminescent) – உயிர்வாழ்வனவற்றில் வெப்பமில்லாத ஒளியை

உருவாக்கக்கூடிய திறனைப் பெற்றவை. வேதிவினையின் விளைவாகவே, இந்த ஒளி உருவாகிறது. ஆக்சிஜனேற்றம் அடையக்கூடிய லூசிபெரின் என்கிற வேதிப்பொருளும் லூசிஃபெரேஸ் என்கிற நொதியும் (Enzyme) இந்த ஒளி உருவாவதற்குக் காரணம். இந்த இரண்டு வேதிப்பொருள்களும் சேரும் வேதிவினையில் வேதி ஆற்றல், ஒளி ஆற்றலாக மாற்றப்படுகிறது. அதேநேரம் வெப்பம் உருவாவதில்லை. மின்மினிப் பூச்சிகளுடைய உடலின் பின்பகுதி விட்டுவிட்டு ஒளிரும் ஒளி, ஆண்–பெண் பூச்சிகளுக்கு இடையே தொடர்புகொள்வதற்கான சமிக்ஞையாகப் பயன்படுகிறது.

## பச்சை நிற ஒளி

மின்மினிப் பூச்சிகள் மிக மெதுவாகப் பறக்கக்கூடியவை, அதனால் அவற்றைப் பிடிப்பது எளிது. சிறிது காலத்துக்குமுன் ஒரு மின்மினிப் பூச்சியை வீட்டுக்குக் கொண்டுவந்தோம். அறையில் விளக்கு வெளிச்சம் இருந்ததுவரை, அது மினுமினுக்கவே இல்லை. எல்லா விளக்குகளையும் அணைத்த பிறகு கும்மிருட்டாக ஆன நிலையில், அந்த மின்மினிப் பூச்சி பச்சை நிற ஒளியை விட்டுவிட்டு ஒளிர ஆரம்பித்தது.

இரவிலேயே அதை வெளியில் விட்டுவிட வேண்டுமேன நினைத்தோம். ஆனால், திடீரென அது காணாமல் போயிருந்தது. எங்கள் பார்வை வட்டத்துக்குள் இருந்த பல்லி அதைச் சாப்பிட்டிருக்கலாம் என்று சந்தேகித்தோம். பல்லியின் உடலுக்குள் இருந்து அந்த மின்மினிப் பூச்சி ஏதாவது ஆபத்து சமிக்ஞைகளை வெளியிடுகிறதா என்று அறிய, அந்தப் பல்லியையே உற்றுநோக்கினோம். ஆனால், அந்தப் பல்லியிடமிருந்து எந்த வெளிச்சமும் ஒளிர்ந்ததுபோல் தெரியவில்லை.

## இரை தேடிய இளம்உயிரி

ஒரு முறை இயற்கை உலா சென்றிருந்தபோது, ஒரு நீண்ட பூச்சி இரை தேடி அலைந்துகொண்டிருந்ததைப் பார்த்தேன். அது நகர்ந்த விதம், ஒரு சுறுசுறுப்பான இரைகொல்லி வேட்டைக்குத் தயாராவதைப் போலிருந்தது. அந்தப் பூச்சியை படமெடுத்துக்கொண்டு, என் இயற்கை உலாவைத் தொடர்ந்தேன். மேலும் நடந்து சென்றபோது, முதுகெலும்பற்ற புலியைப் போன்றிருந்த இன்னொரு இரைகொல்லிப் பூச்சியையும் பார்க்க முடிந்தது. இந்தப் பூச்சி ஒரு நத்தையின் ஒட்டுக்கு வெளியே பாதி மட்டும் நீண்டிருந்தது. ஒட்டுக்குள் இருந்த நத்தையை அது சாப்பிட்டுக்கொண்டிருந்தது. இறந்துகொண்டிருந்த வேதனையில் அந்த நத்தை பிசுபிசுப்பான நுரை போன்ற பொருளை வெளியிட்டது. சற்றும் ஊக்கம் குறையாத அந்தப் பூச்சியோ, தொடர்ந்து இரையை சாப்பிட்டுக்கொண்டிருந்தது.

அந்த நத்தையின் நிலையை யோசித்துப் பாருங்கள் – ஆபத்திலிருந்து அதனால் விரைந்து நகர்ந்து தப்பித்துவிட முடியாது. அதன் தற்பாதுகாப்பு அம்சங்களான ஓடோ நுரையோ, உறுதிமிகுந்த ஒரு மின்மினிப் பூச்சியின் தோற்றுவளரியிடம் செல்லுபடி ஆகவில்லை. நான் எடுத்த படத்தில் இருந்த இரைகொல்லி, மின்மினிப்பூச்சியின் தோற்றுவளரி என்பதை ஒரு பூச்சியியலாளர் பிற்பாடு அடையாளம் கண்டு கூறினார்.

மென்மையானதொரு பொம்மை

எலும்புக்கூடு என்ற சட்டகத்தின் உதவியுடன் நமது உடல் கட்டமைக்கப்பட்டுள்ளது. நமது எலும்பு எதுவும் வெளியே தெரிவதில்லை. ஆனால் ஒரு சில உயிரினங்களின் எலும்புக்கூடு வெளியே தெரியும். ஏனென்றால், அவற்றின் உடலில் எலும்புக்கூடு உட்பகுதியாக இருப்பதற்கு மாறாக, வெளியிலேயே அமைந்திருப்பதுதான். இப்படிப்பட்ட எலும்புக்கூடு, வெளி எலும்புக்கூடு (Exo skeleton) என்றழைக்கப்படுகிறது. இப்படிப்பட்ட எலும்புக்கூடு ஓர் உயிரினத்துக்குக் கவசம்போல அமைகிறது.

பல்வேறு உயிரினங்கள் இந்த வெளி எலும்புக்கூடு மூலமாகத்தான் தங்கள் உடல் வடிவத்தையும் பாதுகாப்பையும் பெறுகின்றன. இப்படிப்பட்ட உயிரினங்களைக் கொண்ட பெரும் உயிரினக் குழு கணுக்காலிகள் (Arthropods) என்றழைக்கப்படுகின்றன. சிலந்திகள், மரவட்டை, மூட்டைப் பூச்சி, நண்டுகள் போன்றவை இவற்றில் அடக்கம்.

## மாறுபட்ட எலும்புகள்

மனிதர்களின் எலும்புக்கூடுகள், பெரும்பாலான முதுகெலும்புள்ள உயிரினங்களின் எலும்புகள், நீளும்தன்மை கொண்ட குருத்தெலும்புகளால் ஆனவை. (சுறா போன்ற மீன்கள் விதிவிலக்கு. இவற்றின் எலும்புக்கூடு, எலும்புகளால் அல்லாமல் முழுக்க முழுக்க குருத்தெலும்புகளால் (cartilage) ஆனது. அதுதான் அது வேகமாக நீந்துவதற்குக் காரணமாக இருக்கலாம்) இதற்கு நேரெதிராகக் கணுக்காலிகளின் மேல்பகுதி கைட்டின் (Chitin) என்ற பொருளால் உருவாக்கப்பட்ட மென்னோட்டைக் கொண்டது. இந்தக் கைட்டினில் இரண்டு வகைகள் உண்டு. ஒன்று உறுதியானது, மற்றொன்று உறுதியற்றது. முதல் வகை

விறைப்பானது, இரண்டாவது நெகிழ்வுத்தன்மை கொண்டது. இதன்காரணமாக ஓர் எறும்பின் மென்னோடு கைட்டின் எலும்புகளால் உருவாக்கப்பட்டிருந்தாலும்கூட, மூட்டுகள் நெகிழ்வுத்தன்மை கொண்டதாக இருக்கின்றன. கைட்டின் மூலம் உருவாக்கப்பட்ட மூட்டுகள் விறைப்பாவதில்லை.

## எது நல்லது?

வெளி எலும்புக்கூடு என்பது உள்ளீடற்ற குழாய்கள், தட்டுகள் போன்றவற்றால் ஆனது. அதிக எடையின்றியே உறுதியாக இருக்கக்கூடியது. எடுத்துக்காட்டாக, குளவிகள் ஒரு நாய்க்குட்டி அளவுக்குப் பெரிதாக இருந்தால், அவற்றின் மீது அமைந்திருக்கும் வெளி எலும்புக்கூடுகள் மேற்கண்டதுபோல இருக்க வாய்ப்பில்லை. அது இன்னும் அடர்த்தியாக அமைய வேண்டும். எனவே, அவற்றின் எடையும் அதிகமாக இருக்கும். அப்படியானால் நாய்க்குட்டி அளவு கொண்ட குளவி எளிதில் சுமக்க இயலாத எலும்புக்கூட்டை அல்லவா பெற்றிருக்கும்? இந்த எலும்புக்கூடு மிகவும் எடை கொண்டதாக இருப்பதால், அவற்றால் எழுந்து பறக்க இயலாமல் போகும். இதைப் பார்க்கும்போது நாம் மிகப் பெரிய அதிர்ஷ்டசாலிகள் என்பது புரியவரும். ஓர் உயிரினம் உருவத்தில் பெரிதாக வளரும்போது வெளி எலும்புக்கூடு என்பது தொந்தரவளிக்கும் ஒன்றுதான்.

குறிப்பிட்ட கால இடைவெளியில், வெளி எலும்புக்கூட்டை உதிர்க்க வேண்டும். புதிதாக வளரும் எலும்புக்கூடு தொடக்கத்தில் உறுதியாக இருக்காது. இந்த மென்மையான காலம் மிகவும் ஆபத்தான காலமும்கூட. எலும்புக்கூடு உறுதியாக மாறும்வரை ஒரு மூலையில் ஒதுங்கி, அமைதியாக ஓய்வெடுக்க வேண்டியிருக்கும்.

## பட்டு உண்ணி

உறுதியான வெளி எலும்புக்கூடு பளபளப்பான வடிவத்தில், உலோகம் போன்று தோற்றமளிப்பது மிகவும் நல்லது. பல்வேறு வகை வண்டுகள், இப்படித்

தோற்றமளிப்பதைப் பார்த்திருக்கலாம். இதற்கு மாறாக மயிர் நிறைந்து, மென்மையான தோற்றத்துடன், வெளி எலும்புக்கூட்டையும் பெற்றிருக்க முடியுமா? எப்பொழுதாவது அழகான, அணைத்துக்கொள்ளக்கூடியது போன்ற மென்மையான பூச்சியைப் பற்றி கேள்விப்பட்டிருக்கிறீர்களா?

உண்மையைச் சொல்ல வேண்டும் என்றால், மயிர் நிறைந்து, கவர்ச்சிகரமானதோர் கணுக்காலி (Arthropod) ஒன்றிருக்கிறது – அது தம்பலப் பூச்சி (Velvet mite). இதற்கு இந்திரகோபம், மூதாய் என்ற பெயர்களும் உண்டு. அதன் உடலைச் சுற்றி நுணுக்கமான மயிர்கள் மூடியிருக்கும். இதன் காரணமாக இந்த உண்ணி பார்ப்பதற்கு மென்மையாக இருக்கும். இதன் நெருங்கிய உறவினர்கள் சிலரைப் போலில்லாமல், இந்த உயிரினம் மனிதர்களுக்கு எந்த ஆபத்தையும் ஏற்படுத்துவதில்லை. இது சிறு பூச்சிகளை உண்ணும். ஒதுங்கியிருக்கும் சுபாவம் கொண்டது. ஏதாவது வெளிப்பொருள் பட்டுவிட்டால், உடனடியாகப் பந்துபோல சுருண்டுகொள்ளும். அதேநேரம், மென்பொம்மைகளைப் போலவே எந்த வகையிலும் இது நம்மை காயப்படுத்துவதில்லை.

# பூச்சிகளிடம் ஓர் துப்பறிதல்

ஏதாவது ஒரு நன்னீர்நிலையைத் தேர்ந்தெடுத்துக் கொள்ளுங்கள். அது ஓடை, ஏரி, குளம், ஏன் வயலுக்கு அருகிலிருக்கும் சிறு வாய்க்காலாகவும்கூட இருக்கலாம். அந்த நீர்நிலைக்கு அருகே சிறிது நேரம் சுற்றித் திரியுங்கள். இல்லையென்றால், சும்மாகூட உட்கார்ந்திருங்கள். விரைவிலேயே, உங்கள் பார்வை எல்லைக்குள் தட்டான்கள் தோன்றுவதைப் பார்க்கலாம்.

அடுத்தடுத்து பறந்து செல்வதற்கு இடையில், ஓய்வெடுப்பதற்காக அருகிலுள்ள செடிகளின் மீது தட்டான்கள் வந்தமரும். அப்போது தம் இறக்கைகளை அவை விரித்து வைத்திருக்கும். இந்த இறக்கைகளின் தோற்றம், இலைகளில் உள்ள நரம்புகளை ஒத்திருக்கும்.

ஊசித் தட்டான்கள், தட்டான்களின் நெருக்கமான உறவினர்கள். அவை இன்னும் ஒடிசலான உடலுடன் இருக்கும். இறக்கைகளை உடலுடன் மடித்தே வைத்திருக்கும். தட்டான்களைப் போலவே, இவையும் நீர் நிறைந்த வாழிடத்திலேயே வாழ்கின்றன.

## தட்டான்களின் வாழ்க்கை

தம்முடைய வாழ்க்கை சுழற்சியின் காரணமாகத்தான் தட்டான்களும் ஊசித்தட்டான்களும் நீர்நிலைக்கு அருகிலேயே வாழ்கின்றன. நீர்த்தாவரங்களிலோ அல்லது நீரின் மேற்பரப்பிலோ அவை முட்டையிடுகின்றன. முட்டையிலிருந்து நீரில் வெளியேறும் தோற்றுவளரிகளாகவே (Larva), தங்கள் வாழ்க்கையின் பெரும் காலத்தைத் தட்டான்கள் கழிக்கின்றன. தோற்றுவளரிப் பருவத்தில் நீரில் கிடைக்கும் சிற்றுயிர்களைத் தட்டான்கள் இரையாகக்கொள்ளும். புழு, மற்ற பூச்சிகளின் தோற்றுவளரிகள், நத்தையின் முட்டைகள், தலைப்பிரட்டைகள்,

மீன்கள் போன்றவற்றை அவை வேட்டையாடி உண்ணக்கூடியவை. ஒரு தட்டானின் தோற்றுவளரிப் பருவத்தின் கால அளவு என்பது, எந்த தட்டான் வகை என்பதைப் பொறுத்தும் உலகின் எந்தப் பகுதியில் அது வாழ்கிறது என்பதைப் பொறுத்தும் மாறுபடும். தட்டான்களின் தோற்றுவளரிப் பருவம் ஒரு மாதத்தில் இருந்து, அதிகபட்சமாக ஆறேழு ஆண்டுகள்கூட நீடிக்கும்.

தோற்றுவளரி வளர்ந்து பிரகாசமான நிறம் கொண்ட தட்டானாக மாறும். தோற்றுவளரியைப் போலவே தட்டானும் ஒரு வேட்டையாடியே. அதே நேரம் நீருக்கு பதிலாக, காற்றில் இது இரை தேடுகிறது. தட்டான்களும் ஊசித்தட்டான்களும் ஹெலிகாப்டர்களும் போர்விமானங்களும் ஒன்றிணைந்த பறத்தல் திறனைக் கொண்டவை. தங்களுடைய வலுவான இறக்கைகளின் உதவியுடன் ஒரே இடத்தில் இறக்கை அடித்தபடி நிலைத்துநின்று பறக்கவும், அடுத்தடுத்து சடாரென்று எழுந்து பறக்கவும் கூடியவை.

ஈசல், கொசு, அசுவினிப் பூச்சி (Aphid) எனத் தன்னால் வேட்டையாடக்கூடிய பூச்சி வகைகளை உண்ணும். இரண்டு வாரங்களில் இருந்து சில மாத காலத்துக்கு வாழும். தன் வாழிடமாகத் திகழ்ந்த நீரை விட்டுத் தட்டான்கள் நகர்ந்துவிட்டாலும்கூட, முட்டையிடுவதற்கு மீண்டும் நீரையே நாடுகின்றன. பிறகு அந்த சுழற்சி மீண்டும் தொடர்கிறது.

## இறக்கை நரம்புகள்

இந்தியாவில் 500 வகையான தட்டான்கள், ஊசித்தட்டான்கள் வாழ்கின்றன. அவற்றில் பெரும்பாலானவை பிரகாசமான, தனித்துவமான வண்ணத்தையும் இறக்கை வடிவமாதிரியையும் கொண்டவை. தட்டான்கள் இறந்தவுடன் அந்த இறக்கைகள் நிறமிழந்து, மங்கலாகிவிடுகின்றன.

# இந்தியத் தட்டான்கள், ஊசித் தட்டான்கள்

Dragonflies (Anisoptera துணைவரிசை), Damselflies (Zygoptera துணைவரிசை) ஆகியவை, பூச்சிகளில் Odonata வரிசையைச் சேர்ந்தவை. இந்தியப் பூச்சியியலாளர்கள் இவற்றைக் குறித்து ஆராய்ந்திருக்கிறார்கள். தட்டான்களுக்கு Demoiselles, Hawkers, Emeralds, Skimmers, Chasers, Darters போன்ற சுவாரசியமான பெயர்கள் பிரிட்டனில் உண்டு.

**சில ஊசித்தட்டான் வகைகள்**

- ஓடை மரகதம் (Neurobasis chinensis)—மலை நீரோடைகளில் காணப்படும்
- மாணிக்க ஊசித்தட்டான் (Rhinocypha bisignata)—உயரமான தென்னிந்திய மலைப்பகுதிகளில் காணப்படும்
- மரகத விரிந்த சிறகி (Lestes elatus)—தென்னிந்திய தீபகற்பத்தில் பொதுவாகக் காணப்படும். வறண்ட காலத்தில் புதர்க்காடுகளுக்குச் செல்லும்
- குட்டி ஊசித்தட்டான் (Agriocnemis pygmaea)—இந்திய ஊசித்தட்டான் வகைகளில் சிறியவற்றில் ஒன்று.
- Pseudagrion decorum—சமவெளிப் பகுதிகளில் அதிகம் காணப்படும். சில நேரம் மலைப்பகுதிகளிலும் தென்படலாம்.

**சில தட்டான் வகைகள்**

- கொக்கி வால் தட்டான் (Paragomphus lineatus)—நாடு முழுவதும் தென்படக்கூடியது
- தரைத் தட்டான் (Diplacodes trivialis)—இந்தியாவில் எளிதில் காணக்கூடிய பொதுவான தட்டான் வகை
- வயல் தட்டான் (Neurothemis tullia)—தென்னிந்திய தீபகற்பத்தின் சதுப்புநிலங்கள் அருகே கூட்டமாக வாழக்கூடியவை.
- அம்பு சிவப்பன் (Tramea basilaris)—கடல் மட்டத்திலிருந்து 6,500 அடிவரை பொதுவாகக் காணப்படும் தட்டான் வகை.
- Zyxomma petiolatum— அந்தி நேர மங்கல் ஒளியில் சுறுசுறுப்பாகக் காணப்படும் வகை.

தட்டான்கள் குறித்து இயற்கை ஆர்வலர்கள் மட்டுமல்லாமல், மக்களுக்கும் பெரிதாகத் தெரிந்திருக்கவில்லை. அதன் காரணமாகத் தட்டான்கள் பலவற்றுக்குப் பொதுப் பெயரோ, ஆங்கிலப் பெயர்களோ இல்லை. தட்டான் இனங்களை வேறுபடுத்தி அறிவதற்காக, அவற்றின் இறக்கை வடிவமைப்பைப் பொறுத்து வகைப்பாட்டியலாளர்கள் வகைப்படுத்தி இருக்கிறார்கள்.

தட்டான்களின் இறக்கைகள், அவற்றின் வடிவம், உடல் பகுதிகளின் அமைப்பு முறை, இறக்கை நரம்புகளின் வடிவமாதிரி (Pattern of veins) போன்றவற்றின் அடிப்படையில், ஓர் தட்டான் எந்த இனத்தைச் சேர்ந்தது என்பதைக் கண்டறியலாம். ஒரு மனிதரின் விரல் ரேகை அடிப்படையில் ஓர் ஆளைத் தேடிக் கண்டடைவதைப் போல், தட்டான்களை வகை பிரித்தறிவதும் ஒரு துப்பறிவாளரின் பணியைப் போன்றதுதான்.

(இந்தக் கட்டுரை எழுதப்பட்ட காலத்துக்குப் பிறகு பல வண்ணத்துப் பூச்சிகளுக்குத் தமிழ், ஆங்கிலப் பெயர்கள் உருவாக்கப்பட்டுவிட்டன.)

தட்டான்கள், ஊசித்தட்டான்கள் குறித்து மேலும் அறிய:

தட்டான்கள், ஊசித்தட்டான்கள் (அறிமுகக் கையேடு),

ப. ஜெகநாதன் – ஆர். பானுமதி, க்ரியா வெளியீடு,

தொடர்புக்கு: 72999 05950

# பூச்சிகளின் மாறுவேடம்

**சென்**னைக்கு அருகேயுள்ள ஓரிடத்துக்கு இயற்கை உலாவுக்குச் சென்றிருந்தபோது, அங்கே பூச்சி வகைகள் மிகுந்திருந்தன. சுவாரசியமான உயிரினங்களைக் கொண்ட ஒரு பெரிய இயற்கைக் காட்சியில், வசீகரிக்கும் ஒரு பூச்சியில் இருந்து மற்றொரு பூச்சிக்கு என் பார்வை தாவிக்கொண்டிருந்தது. ஒரு புதரில் இருந்த இலையில் ஓர்

எறும்பைப் பார்த்தேன். போகிற போக்கில் அதைப் பார்த்துவிட்டு நகர நினைத்தபோது, அது எறும்பைப் போன்ற குணாம்சங்களை வெளிப்படுத்தவில்லையே என்பதை உணர்ந்தேன். அது தனித்திருந்தது விநோதமாக இருந்தது.

பொதுவாக எங்காவது ஒரு எறும்பைப் பார்க்க நேரிட்டால் பக்கத்திலேயே அதே வகையைச் சேர்ந்த நிறைய எறும்புகள் ஊர்ந்துகொண்டிருப்பதையும் பார்க்கலாம். நான் பார்த்த எறும்பின் செயல்பாடுகளும் மாறுபட்டு இருந்தன. எறும்புகள் மிகவும் சுறுசுறுப்பான உழைப்பாளிகள். எப்போதும் வேகவேகமாக ஓடிக்கொண்டு, ஏதாவது ஒரு வேலையைச் செய்துகொண்டே இருக்கும் எறும்புகளைத்தான் பொதுவாக நாம் பார்க்க முடியும். ஆனால், இந்த எறும்போ தவமிருப்பதுபோல் இருந்த இடத்திலேயே நின்றுகொண்டிருந்தது.

## நிஜமாகவே எறும்புதானா?

எறும்பைப் போன்ற அந்தச் சிற்றுயிர் உண்மையில் ஓர் எறும்பல்ல, ஒரு பூச்சி. அதன் வெளித்தோற்றம் எறும்பைப் போல் தோன்றியது சட்டென்று கவனத்தை ஈர்க்கக்கூடியதாக இருந்தது. அதை ஓர் எறும்பு என்று பலரும் தவறாகக் கருதக்கூடும். பல பூச்சிகளும் சிலந்திகளும் எறும்புகளைப் போன்ற வெளித்தோற்ற உருவஒற்றுமையைப் பெற்றிருக்கின்றன. அதேநேரம் நெருங்கிப் பார்த்தால், அவை எறும்பல்ல என்பது எளிதாகப் புரிந்துவிடும்.

எறும்பைப் போன்றே ஒப்புப்போலித் தோற்றத்தைப் (Mimic) பெற்றிருக்கும் சிலந்திகளுக்கு எட்டு கால்கள் இருப்பதைப் பார்க்கலாம். அதேநேரம் எறும்போ மூன்று ஜோடிக் கால்களை மட்டுமே கொண்டிருக்கும். எறும்பைப் போன்று

மாறுவேடம் இட்டிருக்கும் ஒரு பூச்சியாக இது இருக்கலாமோ என்ற சந்தேகம் உங்களுக்கு வந்தால், அதன் வாய்ப்பகுதியைப் பாருங்கள். சில பூச்சிகளுக்குக் குழாயைப் போன்ற வாய் இருக்கும். தாவரத்தின் தண்டு அல்லது உயிரினத்தின் தசையில் அந்தக் குழாயைச் செலுத்தி தன்னுடைய இரையான சாறை உறிஞ்சும். நான் பார்த்த பூச்சிக்கும் வாய் அப்படித்தான் இருந்தது.

ஒருவேளை வாயைப் பரிசோதிப்பது கடினமாக இருந்தால், தலைக்கு மேலிருக்கும் அவற்றின் உணர்கொம்புகளைப் பாருங்கள். நிஜ எறும்பின் உணர்கொம்பு வளைந்தோ அல்லது ஆங்கில 'எல்' வடிவ வளைவுடனோ காணப்படும். ஆனால், பூச்சிகளின் உணர்கொம்புகள் அப்படியிருக்காது.

## வலுக்கும் சந்தேகம்

சரி, பூச்சிகளும் சிலந்திகளும் இப்படி எறும்பைப் போன்ற தோற்றத்தைப் பெற்றிருப்பதால் கிடைக்கும் பலன் என்ன? எறும்புகளின் உடலில் ஃபார்மிக் அமிலம் இருக்கும். இதன் காரணமாக எறும்பைப் போன்றிருக்கும் பூச்சிகள், சிலந்திகளை இரைகொல்லிகள் பொதுவாக உண்பதில்லை என்று கூறப்படுகிறது. அதேநேரம் இது குறித்து எனக்குச் சில கேள்விகள் இருக்கின்றன. ஏனென்றால், எறும்பை அதிகம் விரும்பி உண்ணக்கூடிய பல உயிரினங்கள் நம்மிடையே இருக்கின்றன. அது மட்டுமல்ல, முதுகெலும்பற்ற கணக்கற்ற உயிரின வகைகள் இருக்கும்போது, சில பூச்சிகளும் சிலந்திகளும் மட்டும் ஏன் எறும்பைப் போன்ற தோற்றத்தைக் கொண்டிருக்கின்றன? உங்களுக்குக் ஏதாவது காரணம் பிடிபடுகிறதா?

26

# கொப்பரன் மீனின் கோபம்

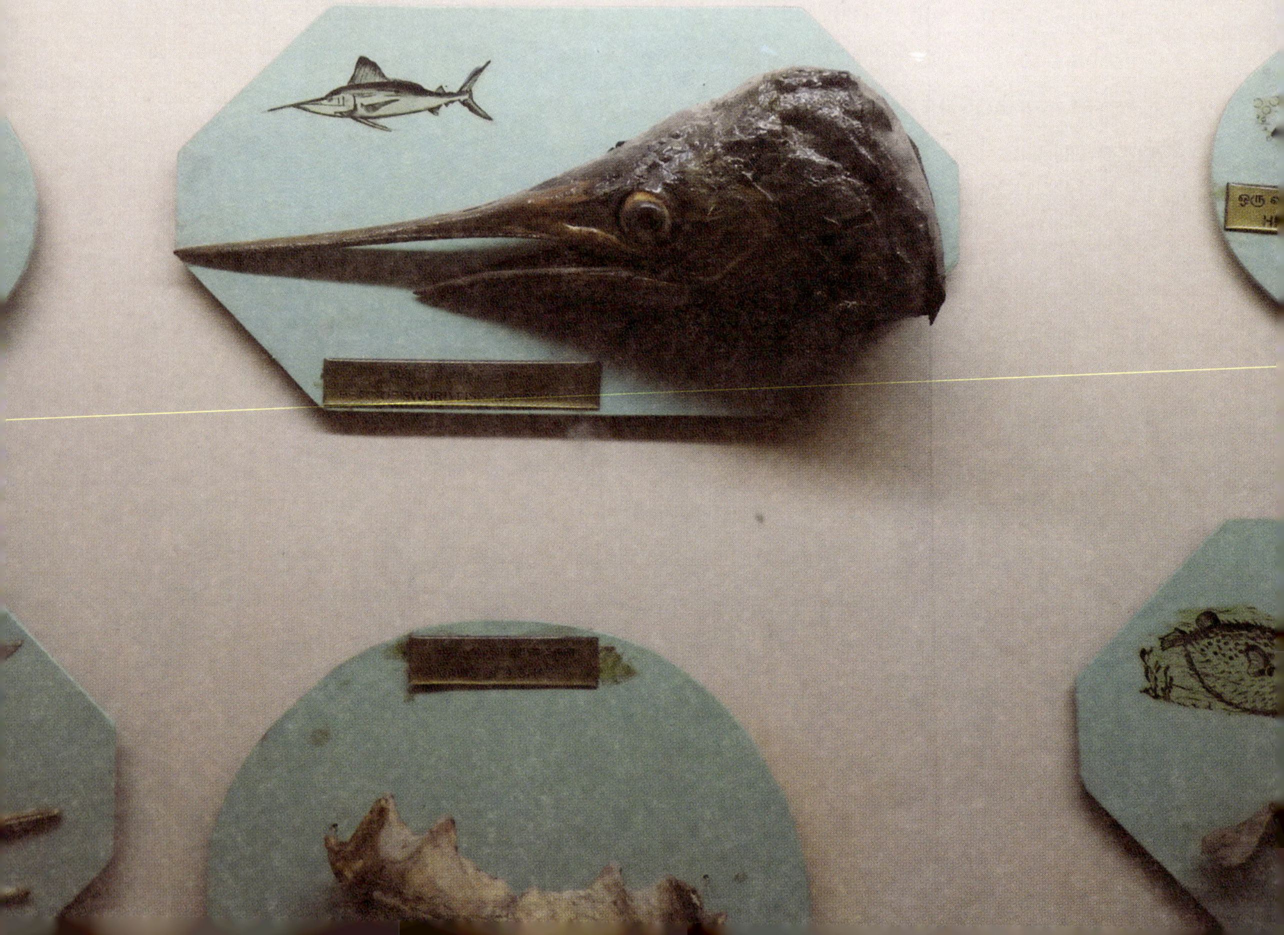

கடலில் காணப்படும் குறிப்பிட்ட மீன்களைக் கொண்ட ஒரு குழுவின் பெயர் மார்லின் அல்லது அலகு மீன்கள் (Marlins or Bill–fishes). தமிழில் இவற்றின் பெயர் கொப்பரன். இந்தக் குழுவில்தான் வாள்மீன்கள் (Sword–fishes), ஈட்டிமீன்கள் (Spear–fishes) இடம்பெற்றுள்ளன.

தனித்தன்மை கொண்ட உடல் உறுப்பால் இந்த மீன்கள் இந்தப் பெயரைப் பெற்றுள்ளன. இவற்றின் முகத்தில் வியக்கத்தக்க வகையில் நீண்ட மூக்குகள் அல்லது அலகு போன்ற பகுதிகள் காணப்படும். மேல்தாடைகளின் முன்புற நீட்சியே இப்படி அமைந்திருக்கிறது. இந்த நீண்ட மூக்கின் காரணமாகக் கொப்பரன் வகை மீன்கள், பார்ப்பதற்கு ஈட்டியைப் போன்ற வடிவத்திலிருக்கும்.

இந்த ஈட்டிகள் மிக நீளமாக இருக்கும். மற்ற மீன் வகைகள், உயிரினங்களுடன் ஒப்பிட்டால் கொப்பரன் வகைகளின் உடல் அளவு பெரிதாக இருப்பதே இதற்குக் காரணம். கொப்பரன் குடும்பத்தைச் சேர்ந்த ஒரு மீன் வகையின் எடை மிகச் சாதாரணமாக 100 கிலோவுக்கு மேல் இருக்கும். கொப்பரன் வகை மீன்கள் சராசரியாக 450 கிலோவரை எடை, சராசரியாக 4 மீட்டர் நீளம் கொண்டவை. சில வகை கொப்பரன்கள் 800 கிலோ எடைவரை இருந்ததாகப் பதிவுகள் உண்டு.

### கப்பலின் மீது செலுத்தும்

கொப்பரன்கள் அதிவேக நீச்சலாளிகள். திடீரென வேகமெடுக்கத் தொடங்கி, மணிக்கு 65 கி.மீ. வேகம் வரையில்கூட நீந்தும். மணிக்கு 110 கி.மீ. வேகத்தில் அவை நீந்தியுள்ளதாகப் பதிவுகள் உள்ளன. நகரும் பொருள்களுக்குத் தண்ணீர் மிகப் பெரிய தடையாக அமையும் என்பதை வைத்துப் பார்க்கும்போது,

கொப்பரன்கள் மிகவும் ஆற்றல்மிக்க உயிரினங்கள் என்பதற்கான அடையாளமே, இந்த வேகம்.

கொப்பரன்கள் நீச்சலில் எடுக்கும் அதிவேகம் காரணமாகப் படகுகளில் அவை சிக்கிக்கொண்ட நிகழ்வுகள் பல முறை பதிவாகியுள்ளன. இந்த மீன்கள் தெரிந்தே கப்பல்களில் மோதுவதும் உண்டு. அப்படி மோதும்போது அவற்றின் நீண்ட மூக்கே கப்பலில் முதலில் படும். இந்த மீனின் சிறப்புவாய்ந்த இயக்க ஆற்றல் காரணமாக, கப்பலின் உட்பகுதியில் ஓர் அடிக்கும் மேல் அவற்றின் வாள் பாய்ந்திருக்கும். அதன் வாள் கப்பலிலேயே இறுக்கமாகச் சிக்கிக்கொள்ள, கொப்பரன் மீனால் அதிலிருந்து விடுபட்டு நீந்தவும் முடியாது. அதிலிருந்து விடுபட்டு அது நீந்தியாக வேண்டுமென்றால், சந்தேகமின்றி மூர்க்கமாகப் போராடியாக வேண்டும்.

கடல் உயிரியலாளர்கள் சொல்வதைப் பார்த்தால், கடலில் வாழும் மீன்களிலேயே அதிகக் கோபம் கொண்டது கொப்பரன்தான். எப்படிப் பார்த்தாலும், கப்பலில் தன் வாளைச் செலுத்திய கொப்பரன் மீன், தன் நீண்ட மூக்கை இழந்தாக வேண்டியிருக்கும். அச்சமூட்டும் அந்த அணிகலனைக் கப்பலின் அடிப்பாகத்திலேயே பதித்துவிட்டு அது திரும்ப வேண்டியதுதான்.

ஏன் இந்தக் கோபம்?

ஒரு சிறு படகின் மீது கொப்பரன் மீன் தொடுத்த தாக்குதலால் ஏற்பட்ட விளைவை, சென்னை எழும்பூர் அரசு அருங்காட்சியகத்தில் பார்க்கலாம். 1880இல் காக்கிநாடாவில் இப்படித் தாக்குதல் தொடுக்கப்பட்ட ஒரு கட்டுமரம் வைக்கப்பட்டுள்ளது. அந்த மரத்தில் ஒரு கொப்பரன் மீன் பெரும் துளையையே இட்டுள்ளது.

அந்த மீன் ஏன் இப்படிச் செய்கிறது? கடலில் பாய்ந்துவரும் படகோ கப்பலோ, அவற்றை சீற்றத்துக்கு உள்ளாக்குகின்றனவா? ஒரு படகின் அடிப்பகுதியில் கோபத்துடன் மோதும் கொப்பரன் மீனின் முகம் உருக்குலைந்து போய்விடாதா? இல்லை, அப்படி ஆவதில்லை. மோதிய மீனின் முகத் தோற்றம், பிறகு சீரமைந்துவிடுகிறது.

அதே நேரம் இதைக்கொண்டு சம்பந்தப்பட்ட மீன் எப்படி உணர்ந்திருக்கும் என்பதைக் குறித்து, எதையும் நாம் அறிந்துகொள்ள முடியாது. மற்ற மீன்கள் எல்லா நேரமும் எப்படி இருக்குமோ, அதே வகையில்தான் கட்டுமரத்தை நோக்கி மின்னல் வேகப் பாய்ச்சலில் நீந்தும் கொப்பரன் மீன்களும், உணர்ச்சியற்ற முகபாவத்துடனே இருக்கின்றன.

நிச்சயமாக, அதன் அகத்தின் அழகு முகத்தில் தெரியாத வகையிலேயே இருக்கும்.

# சிற்சில ஒற்றுமைகள்

புதிதாகப் பிறந்த ஓங்கல் குட்டி ஒன்றுக்கு வாயில் பற்கள் வெளிப்படையாகத் தெரியாது. மனிதக் குழந்தைகளைப் போலவே, அவற்றின் பற்கள் சில மாதங்களுக்குப் பிறகே வெளியே தெரியும். பாலூட்டிகளான இரண்டின் பற்களுக்கு இடையிலான ஒற்றுமை இத்துடன் முடிந்துவிட்டது. பல்லுள்ள திமிங்கில வகைகளுக்கும் (odontocete எனப்படும் பாலூட்டிகளைக் கொண்ட இந்தக் குழுவில் ஓங்கல், ஓம்பிலி (Porpoise) போன்ற திமிங்கில வகைகள் வருகின்றன) மனிதர்களுக்கும் இடையே பற்களைச் சார்ந்து குறிப்பிடத்தக்க வேறுபாடுகள் இருக்கின்றன.

எடுத்துக்காட்டுக்கு, குறிப்பிட்ட இடைவெளியில் மனிதர்களுக்கு இரண்டு தொகுதிகளாகப் பற்கள் முளைக்கின்றன. முதல்முறை விழுந்துவிடக் கூடிய பால் பற்கள், இரண்டாவது முறை நிலையான பற்கள் தோன்றுகின்றன. அதற்கு நேரெதிராக, ஓங்கல்களுக்கு அவற்றின் வாழ்நாளில் ஒரேயொரு முறை மட்டுமே பற்தொகுதி முளைக்கிறது.

மனிதர்களுக்கு பல்வேறு வகையான பற்கள் உண்டு – வெட்டுப் பற்கள், கோரைப் பற்கள், முன் கடைவாய்ப் பற்கள், பின் கடைவாய்ப் பற்கள். பல்லுள்ள திமிங்கிலங்களுக்கோ, அனைத்துப் பற்களும் வடிவத்திலும் அளவிலும் ஒன்று போலவே இருக்கும். அதேநேரம் பல்வேறு திமிங்கில வகைகளை ஒப்பிட்டுப் பார்த்தால் பற்களின் வடிவம், அளவில் வேறுபாடுகள் காணப்படலாம்.

## பாலூட்டிப் பல் சாதனை

மனிதர்களுக்கும் பல்லுள்ள திமிங்கிலங்களுக்கும் பற்களின் எண்ணிக்கையில் மிகப் பெரிய வேறுபாடு உண்டு. மனிதர்களுக்கு நிரந்தரமாக 32 பற்களே முளைக்கும். ஓங்கல்களுக்கும் திமிங்கிலங்களுக்கும் உள்ள பற்களின்

எண்ணிக்கையோ மிக அதிகம். அதேநேரம் ஒரே வகைக்குள், இந்த எண்ணிக்கை மாறுபடக்கூடும்.

பாலூட்டிகளில் மிக அதிக எண்ணிக்கையிலான பற்களைக் கொண்ட உயிரினங்கள் என்ற சாதனையை ஓங்கல்களே பெற்றுள்ளன. சாதாரண ஓங்கல், கிண்கிணி ஓங்கல் (Spinner dolphin) போன்றவை 250–க்கும் மேற்பட்ட பற்களைக் கொண்டிருக்கலாம். பல்வேறு ஓங்கல் வகைகள் நூற்றுக்கும் மேற்பட்ட பற்களைக் கொண்டிருக்கும்.

பற்களின் எண்ணிக்கையைப் பொறுத்தவரை பகட்டு ஆரவாரம் செய்ய வாய்ப்பற்றவை சிறு துடுப்பு வலவம் ஓங்கல் (Short–finned pilot whale), போலிக் கருங்குழவி ஓங்கல் (False killer whale) போன்றவை. இவை கிட்டத்தட்ட மனிதர்களைப் போன்ற எண்ணிக்கையிலேயே பற்களைக் கொண்டிருக்கின்றன. ஸ்பெர்ம் வேல் (Sperm whale) எனப்படும் திமிங்கிலமும் இந்த குழுவைச் சேர்ந்ததே. ஆனால், அதன் பற்கள் அனைத்தும் கீழ்த்தாடையில் மட்டுமே காணப்படுகின்றன.

சில திமிங்கிலங்கள் பல்லுள்ள திமிங்கில வகையின்கீழ் பகுக்கப்பட்டிருந்தாலும்கூட, பலீன் திமிங்கிலங்களைப் போன்று இவற்றுக்குப் பற்கள் கிடையாது. க்யுவியர் அலகுத் திமிங்கிலத்தின் (Cuvier's beaked whale) பெண் வகை இதற்கு ஓர் எடுத்துக்காட்டு. அதேநேரம் இந்தத் திமிங்கிலங்களின் பெரும்பாலான ஆண் வகைகளுக்கு ஒரு ஜோடிப் பற்கள் மட்டுமே இருக்கும். அந்தப் பற்களும்கூட சில நேரம் வழக்கத்துக்கு மாறான வடிவத்தில் இருக்கும்.

## ஒற்றைப் பல்

எல்லாவற்றுக்கும் மேலாக பல்லுள்ள திமிங்கில வகைகளிலேயே மிகவும் விநோதமான பல் அமைப்பைக் கொண்டது நார்வால் (Narwhal). இந்தத் திமிங்கில வகையின் அனைத்துப் பயன்பாடுகளுக்கும் ஒரேயொரு பல் மட்டுமே உண்டு. அந்த வகையில் மனிதக் குழந்தைகளுக்கு முதன்முதலில் முளைக்கும் பல்லைப் போன்றது இந்தப் பல்! ஆனால், நார்வாலைப் பொறுத்தவரை, அவை வளர்ந்த பிறகும் மற்ற பற்களுக்கு மாறாக இந்த ஒன்று மட்டுமே செயல்படும் தன்மையுடன் இருக்கும்.

அனைத்து ஆண் நார்வால் திமிங்கிலங்கள், சில பெண் திமிங்கிலங்களுக்கு ஒல்லியான, சுருள்சுருளான இந்தப் பல் அவற்றின் இடது உதட்டுப் பகுதியிலிருந்து கொம்பைப் போல் பிதுங்கிக்கொண்டு நீட்டியிருக்கும். இந்தப் பல் அதன் வாழ்நாள் முழுவதும் வளரும். 10 அடி நீளம் வரை வளரும் என்று கூறப்படுகிறது. நார்வாலின் இந்தத் தந்தம், உணர் உறுப்பாகச் செயல்படுவதாகக் நம்பப்படுகிறது. இரை தேடவும், மற்ற நார்வால்களுடன் தொடர்புகொள்ளவும் இந்தத் தந்தத்தை நார்வால் பயன்படுத்துவதாகக் கருதப்படுகிறது.

அரிதாக, சில நார்வால் திமிங்கிலங்கள் இரட்டை தந்தங்களைக் கொண்டிருக்கலாம். ஒருவேளை இந்த இரட்டைத் தந்தங்களைக் கொண்ட நார்வால்களையோ, அவற்றின் குட்டிகளையோ நீங்கள் சந்திக்க முடிந்தால், என்ன சொல்வீர்கள்? 'இரட்டைத் தந்தங்கள், பார்த்து பத்திரம்!' என்று சொல்வீர்களோ?

# சிப்பி உயிரினத்தைப் பார்த்திருக்கிறீர்களா?

கடற்கரைக்குச் சென்றால் பல வகையான சிப்பிகளைப் பார்க்கலாம். அவை உட்பக்கம் குழிந்தும் மேல் பக்கம் புடைத்தும் காணப்படும். பல்வேறு வடிவங்கள், அளவுகளில் காணப்படும். சில சிப்பிகளின் மேல்புறம் மிருதுவாகவும், சில வரிவரியான பள்ளங்களையும் கொண்டிருக்கும். பல வண்ணங்கள், வடிவமாதிரிகளில் அவை அமைந்திருக்கும்.

சரி, சிப்பிகள் எங்கிருந்து வருகின்றன? அவை கடலில் வாழும் Bivalve எனப்படும் சிப்பி உயிரினத்தின் இரட்டை மேல் ஓடுகளே. சிப்பி உயிரினத்தின் உடல் மிகவும் மென்மையானது, வலுவான இந்த மேல் ஓடுகளே, அவற்றைப் பாதுகாக்கின்றன. சிப்பி உயிரினங்கள் இறக்கும்போது, அவற்றின் மென்மையான உடல் பாகங்களைக் கடல் உயிரினங்கள் உண்டு விடுகின்றன அல்லது அழுகி–மட்கிப் போய்விடுகின்றன. அதேநேரம் அவற்றினுடைய மேல் ஓடுகள் எஞ்சும், அவை நீண்ட காலத்துக்கு இருக்கும். சில சிப்பி மேல் ஓடுகள் அலையில் அடித்து வரப்பட்டு கரையில் சேரும். நம்முடைய எலும்புகளைப் போல், சிப்பி மேல் ஓடுகளும் கால்சியம் எனப்படும் சுண்ணாம்பால் ஆனவை.

## மெல்லுடலிகள்

சிப்பி உயிரினங்கள் Mollusc எனப்படும் மெல்லுடலிகள் குழுவைச் (Group) சேர்ந்தவை. சிப்பி உயிரினத்தின் நெருக்கமான உறவினர்கள் சில முற்றிலும் வேறுபட்ட வடிவத்தில் காணப்படும். மெல்லுடலிகளில் நத்தை, ஓடற்ற நத்தை, எண்காலி, கணவாய், தோட்டுக்கணவாய் (Cuttle Fish) போன்றவை அடங்கும்.

கடற்கரையிலும் உயிருள்ள மெல்லுடலிகள் சிலவற்றைப் பார்க்கலாம். சிப்பி மேல் ஓடுகளைப் போல் இவையும் கடல் அலையால் அடித்துவரப்பட்டவையே. உயிருள்ள மெல்லுடலியை நெருங்கிப் பார்க்க வேண்டுமென நினைத்தால், விரைந்து செயல்பட வேண்டும். சிப்பி உயிரினங்கள் ஈர மணலுக்குள் விரைந்து சென்றுவிடக்கூடியவை. அடுத்த அலை அடிக்கும்போது அவை இருந்த இடமே தெரியாமல் போய்விடும்.

## வியப்பு தரும் சுறுசுறுப்பு

ஒரு உயிருள்ள சிப்பி உயிரினத்தை எடுத்துப் பார்த்தால், அதன் உடல் மீது இரண்டு ஓடுகள் ஒட்டிக்கொண்டிருப்பதைப் பார்க்கலாம். இந்த ஓடுகளுக்கு இடையே கொழகொழப்பான ஓர் உயிரினம், சில நேரம் துருத்திக்கொண்டிருக்கலாம். இந்தப் பகுதி சிப்பி உயிரினத்தின் கால் பகுதி. இந்தப் பகுதியைப் பயன்படுத்தியே மணலுக்குள் சிப்பி உயிரினம் செல்கிறது. நம் கையோ வேறு பொருளோ அந்த உயிரினத்தின் உடலின் மீது பட்டால், சட்டென்று உடலை உள்ளே இழுத்துக்கொண்டுவிடும்.

கடல் நீர் கொண்ட ஒரு கண்ணாடிப் புட்டியில், இந்த சிப்பி உயிரினத்தை இடுங்கள். முதலில் தன் கால் பகுதியையும், பிறகு மேல் நோக்கி நீளும் இரண்டு குழாய் போன்ற பகுதிகளையும் அது வெளியே நீட்டும். இந்தக் குழாய்களில் ஒன்று கடல் நீரை உறிஞ்சும், மற்றது கடல் நீரை வெளியேற்றும். இந்தக் குழாய்களின் வழியே பாயும் தண்ணீரைக்கொண்டே சிப்பி உயிரினங்கள் ஆக்சிஜன், இரையைப் பெறுகின்றன. இந்த சிப்பி உயிரினங்கள் எவ்வளவு சுறுசுறுப்பாகவும்

நகரக்கூடியவையாகவும் இருக்கின்றன என்பதை, நேரில் பார்த்து உணரும்போது வியப்பாக இருக்கும். அந்தப் புட்டியில் சிறிது மணலைப் போட்டால், அந்த சிப்பி உயிரினம் அந்த மணலைத் தோண்டி உள்ளே செல்ல முயல்வதைப் பார்க்கலாம்.

சரி, சிப்பி உயிரினத்தை உற்றுநோக்கி விட்டீர்களா. இனிமேல் அதைப் பழையபடி கடலில் விட்டுவிடுவதுதான் நல்லது. ஒரு கண்ணாடிப் புட்டியிலோ தொட்டியிலோ நீண்ட காலத்துக்கு சிப்பி உயிரினத்தை உயிருடன் வைத்திருப்பது சாத்தியமில்லை.

# துறவி நண்டின் தற்காப்பு ஆயுதம்!

ஹெர்மிட் கிராப் (Hermit crab) என்று ஆங்கிலத் தில் குறிப்பிடப்படும் துறவிநண்டு ஓர் ஓடுள்ள உயிரினம் (Crustacean). சிங்கி இறால் (Lobsters), இறால் வகை (Crayfish), கொட்டலசு எனப்படும் பிளவுச்சிப்பி (Barnacles), நண்டுகள் போன்றவை இதன் உறவினர்கள். இவற்றில் சிங்கி இறால், நண்டுகள் போன்றவை, தங்கள் உடலைப் பாதுகாத்துக்கொள்ளக் கடினமான மேல்ஓடுகளைப் பெற்றிருக்கின்றன. மற்ற ஓடுள்ள உயிரினங்களான கூனி இறால்கள் (Shrimps) போன்றவை மெலிதான ஓட்டையே கொண்டுள்ளன.

ஆனால், இவற்றிலிருந்து துறவி நண்டு வேறுபட்டது. அதன் உடல் பகுதியளவு கடினமான ஓட்டால் மூடப்பட்டிருக்கிறது. அதாவது, உடலின் முன்பகுதி, கொடுக்குகள், கால்கள் போன்றவை கடினமான உறையால் பாதுகாக்கப்பட்டுள்ளன. ஆனால் அதன் பின்பகுதி, அடிவயிற்றுப் பகுதி ரொம்பவும் மென்மையாக இருக்கிறது. – இந்த பின் பாதிதான் துறவிநண்டுக்கு தீராத வலியைத் தருவதாக அமைகிறது.

## பின்பகுதிப் பாதுகாப்பு

கடலில் துறவிநண்டை இரையாக்குவதற்குத் தயாராகப் பல உயிரினங்கள் காத்திருக்கின்றன. கணவாய் எனப்படும் ஆக்டோபஸ் இவற்றை ரசித்து ருசித்து சாப்பிடும். அவற்றின் உறவினர்களான சில வகை நண்டுகளும் சிங்கி இறால்களும்கூட துறவி நண்டைச் சாப்பிடுவதில் ஆர்வம் காட்டுகின்றன. சொந்த இனத்தைச் சாப்பிடும்போது கிடைக்கும் ருசி சரியா, தவறா என்பது பற்றியெல்லாம், அவை எந்தவித விவாதத்திலும் இறங்குவதில்லை.

இயற்கையாகத் தனது உடலின் ஒரு பகுதியை மட்டுமே பாதுகாத்துக்கொண்டுள்ள துறவி நண்டு, தன் பின்பகுதியைப் பாதுகாத்துக்கொள்ள வேறு வழிகளைத் தேடுகிறது. கடலின் அடிப்பரப்பில் தேவையற்று கிடக்கும், சுருள் சங்குகளைத் துறவி நண்டு இதற்குப் பயன்படுத்திக்கொள்கிறது.

இந்தச் சங்குகள், மெல்லுடலிகள் துறந்து சென்றவை. துறவி நண்டு தன் உடலுக்குப் பொருத்தமான ஒரு சுருள் சங்கைத் தேர்ந்தெடுத்து, தன் அடிவயிற்றை அதற்குள் புகுத்திக்கொள்கிறது. இந்தச் சங்குகள் சுருள்களாக இருப்பதால், துறவிநண்டின் அடிவயிறும் அதற்குப் பிறகு வளைவாகவே வளர்கிறது.

## இடம்புரித் திரும்பல்

பெரும்பாலான சங்குகள் இடம்புரிச் சங்குகளாகவே இருக்கும் (வலம்புரிச் சங்குகள் அபூர்வமானவை), அதாவது கடிகாரச் சுழற்சியின் அடிப்படையில் இருக்கும். இதனால் துறவிநண்டும் இடதுபுறம் சுருண்டிருக்கும். அது கடலின் அடிப்பரப்பில் தனது பாதுகாப்பு ஓட்டை சுமந்துகொண்டு நடமாடுகிறது. ஆனால் மெல்லுடலிகளின் கடினமான ஓடும்கூட, சிங்கி இறாலின் வேட்டையைத் தடுப்பதில்லை.

துறவிநண்டு பதுங்கியிருக்கும் ஓட்டை இந்த இரைகொல்லி உடைத்துவிடுகிறது. அல்லது துறவிநண்டின் உடல் வெளியே தெரியும் வகையில், ஓட்டின் மேற்பகுதியைத் தகர்த்துவிடுகிறது. இருந்தபோதும் இந்த ஓடுகளின் மீது ஒன்றோ அல்லது அதற்கு மேற்பட்ட எண்ணிக்கையிலோ கடல் சாமந்திகள் (Sea Anemone) இருக்கும். கடல் சாமந்திக்கு உணர்கொம்புகள் இருக்கும் என்பதால், துறவி நண்டைப்

பார்க்கும்போது அலங்காரம் செய்யப்பட்ட நீண்ட முடி கொண்ட ரோமானிய கிரீடத்தைப் போலிருக்கும்.

அதேநேரம், கடல் சாமந்தியின் கொட்டக்கூடிய கொடுக்குகள், இரைகொல்லிகளை அச்சுறுத்தும். துறவிநண்டுடன் கடல் சாமந்தி கொண்டுள்ள இந்த உறவு இரண்டுக்குமே பயன் தருகிறது. ஒரே இடத்தில் கிடப்பதற்கு பதிலாக, துறவிநண்டு மூலம் கடல் சாமந்தி கடலின் அடிப்பரப்பில் நகர்ந்து செல்ல முடிகிறது. அதனால் அதற்கு இரை கிடைக்கும் சாத்தியம் அதிகரிக்கிறது. இந்த கூட்டுவாழ்க்கை முறை (Symbiotic relationship) பல்வேறு பாடப்புத்தகங்கள், சூழலியல் புத்தகங்களில் மிகச் சிறந்த எடுத்துக்காட்டாகச் சுட்டப்பட்டுள்ளது.

அதேநேரம், துறவிநண்டின் மற்ற அம்சங்கள் பற்றி அவ்வளவு தெளிவாக நமக்குத் தெரியவில்லை. அதன் ஓடு ஏன் உடலை முழுமையாக மூடவில்லை, அதன் உடல் ஏன் இடம்புரியாகத் திரும்பி இருக்கிறது என்பன போன்ற கேள்விகளுக்குப் பதில் இல்லை.

# இரட்டை நட்சத்திரங்கள்

உங்களைப் போலவே இன்னொரு நபரை உருவாக்கினால் என்ன நடக்கும்?

கொஞ்ச காலத்துக்குமுன் நான் வாசித்த ஒரு கட்டுரையில், இந்தக் கேள்வியைப் பரிசீலனை செய்யுமாறு கேட்கப்பட்டிருந்தது. மனது தன்னையே எப்படிப் பார்க்கிறது, ஒருவர் தன்னைப் பற்றி என்ன நினைக்கிறார் என்பதை அறிவது தொடர்பான கட்டுரை அது. இந்தக்

கருத்தை ஆராயும் நோக்கத்துடன், உங்களைப் போலவே மற்றொரு நபரை உருவாக்கினால் என்ன ஆகும் என்று கற்பனை செய்து பாருங்கள் என்று வாசகரிடம் அந்தக் கட்டுரை கேட்டுக்கொண்டது. அப்படிக் கற்பனை செய்து பார்க்க முடிந்தால், ஒரு மனது வேறுவேறு உடல்களில் இரட்டை வாழ்க்கை வாழ முடியும் என்றது அக்கட்டுரை.

இது போன்ற ஒரு சூழ்நிலை, முழுமையாகப் புரிந்துகொள்ள இயலாதது. அணுக்கள், மூலக்கூறுகள் போன்றவற்றில் தொடங்கி மனிதர்களின் பிரதியை உருவாக்க சாத்தியம் உள்ளது என்பதுவரை நிறைய விஷயங்களை நம்பினால்தான், இதைப் புரிந்துகொள்ள முடியும். அதற்கான தொழில்நுட்பம் நம்மிடம் இல்லை.

### இனப்பெருக்க நடைமுறை

அதே நேரம் சில உயிரினங்களின் பிரதிகள் நமக்குக் கிடைக்க வாய்ப்பிருக்கிறது. உண்மையில், இந்த உயிரினங்கள் தங்களின் பிரதிகளை எல்லா நேரமும் உருவாக்கிக்கொண்டே இருக்கின்றன. எடுத்துக்காட்டாக, அமீபா போன்ற ஒரு செல் உயிரிகள் இரண்டாகப் பிரிவதன் மூலம், தங்களைப் போன்ற நகல்களை உருவாக்கித் தொடர்ச்சியாக இனப்பெருக்கம் செய்துகொண்டே இருக்கின்றன. ஆனால், அமீபாவுக்கு மூளை கிடையாது. அதனால் சிந்திக்கவும் முடியாது. எந்த உணர்ச்சியும் அதற்குக் கிடையாது. அப்படியானால் மேற்கண்ட கட்டுரையை எழுதியவருக்கு அமீபா மீது பெரிய ஆர்வம் ஏற்பட வாய்ப்பில்லை.

சுவாரசியமான வகையில், அமீபாவைவிட சிக்கலான உயிரினங்கள்கூட தங்களைப் போன்ற பிரதிகளை உருவாக்குகின்றன. எடுத்துக்காட்டாக நன்னீரில் காணப்படும் ஹைட்ராவைப் பாருங்கள். அது 'மலர்தல்' என்றொரு நிகழ்வை வழக்கமாக எதிர்கொள்கிறது. ஹைட்ரா – உயிரினத்தைப் போலிருக்காமல், மரத்தின் குறுகிய வடிவத்தைப் போலிருக்கும். அது நேராக வளர்ந்த ஒரு

அடிமரத்தை ஆதாரமாகக் கொண்டிருக்கும், அந்த அடிமரத்தின் உச்சியில் கிளைகளைப் போன்ற உணர்கொம்புகளைப் பெற்றுள்ளது. சில தாவரங்களின் அடிப்பகுதியில் இருந்து மண்ணைப் பிளந்துகொண்டு புதிய தளிர்கள் முளைவிடுவதைப் போல், ஹைட்ராவின் அடிப்பகுதியில் இருந்து சிறிய ஹைட்ராக்கள் புதிதாக உருவாகின்றன. ஒரு குறிப்பிட்ட காலத்துக்குப் பிறகு இளம் ஹைட்ரா பெற்றோர் ஹைட்ராவிடம் இருந்து பிரிந்து, தனி ஹைட்ராவாக வளரத் தொடங்கிவிடும்.

### ஒன்று இரண்டானால்...

கடல் சிப்பிகளை (Oyster) உண்ணும் மீனவர்கள், உணவுக்காக சிப்பி உயிரினத்தைப் பிடிக்கிறார்கள். அவர்கள் உடுமீன்களை (நட்சத்திர மீன்) எதிரிகளாகக் கருதுகிறார்கள். ஏனென்றால், இந்த உடுமீன்கள் சிப்பி உயிரினத்தை இரையாகக் கொள்கின்றன.

ஒரு முறை மீனவர்கள் உடுமீனைப் பிடித்துள்ளனர். அதன் ஒன்றிரண்டு கால்களைப் பிய்த்து கடல் நீரில் வீசியிருக்கிறார்கள். அப்படிச் செய்வதால் உடுமீன்கள் இறந்து போய்விடும் என்றே அவர்கள் நினைத்தார்கள். உண்மையில், உடுமீன்களின் கால்கள் பிய்ந்து போனாலும் மீண்டும் வளர்ந்துவிடும். பிய்த்து எறியப்பட்ட கால்களில் உடுமீனின் மையப்பகுதி குறிப்பிட்ட அளவுக்கு இருந்தால், ஒவ்வொரு காலும் தனித்தனி உடுமீனாக வளர்ந்துவிடும். எனவே, உடுமீன்களின் கால்களைப் பிய்த்து நீரில் எறிவது, மீனவர்களின் பிரச்சினையை இன்னும் மோசமாக்கவே செய்யும். ஏனென்றால் முன்பு ஒரு உடுமீன் இருந்த இடத்தில், இனிமேல் இரண்டு வளர்ந்துவிடுமே.

Photo Credits

Cover: R.G. Srikantha

Page 3: Aditya Narayan

Page 11: Eric Ramanujam

Pages 12, 48, 68, 100: Kalyan Varma

Page 16: K. Gnanaskandan

Page 28, Charles J Sharp

Page 52: Jayi Rawool

Page 72: Devna Arora

Page 74: Shantanu Kuveskar

Page 88: Bernard DUPONT

Page 116: Stefan Didam

Kumaran Sathasivam:

Pages 20, 24, 32, 36, 40, 44, 56, 60, 64, 76, 80, 84, 92, 96, 104, 108, 120, 124

இயற்கையைத் தேடும் கண்கள் ☉ 127

## குமரன் சதாசிவம்

கல்லூரிக் காலத்திலிருந்தே இயற்கையாளராகவும் எழுத்தாளராகவும் குமரன் சதாசிவம் இயங்கிவருகிறார். அடிப்படையில் பொறியாளரான இவர் சென்னை ஐ.ஐ.டி.யில் பயின்றவர். ஐ.ஐ.டி. சென்னை வளாகத்தை அடிப்படையாகக் கொண்ட அவருடைய முதல் நூலான 'A Forest in the City', 1989இல் உலக இயற்கை நிதியம், குழந்தைகள் புத்தக அறக்கட்டளை இணைந்து நடத்திய அகில இந்தியப் போட்டியில் முதல் பரிசை வென்றது. 'Marine Mammals of India' என்கிற குறிப்பிடத்தக்க நூலை எழுதிய பிறகு, கே.எஸ். நடராஜனுடன் இணைந்து 'இந்தியக் கடல் பாலூட்டிகள் ஆராய்ச்சி–பாதுகாப்பு வலையமைப்பை' இவர் நிறுவினார். இயற்கை அவதானிப்பு சார்ந்து பல ஆராய்ச்சிக் கட்டுரைகளையும், பிரபல இதழ்களில் கட்டுரைகளையும் அவர் எழுதியிருக்கிறார்.

தொடர்புக்கு: kumaran.sathasivam@gmail.com

## ஆதி வள்ளியப்பன்

இதழியல் துறையில் நீண்ட காலமாகப் பணியாற்றிவரும் ஆதி வள்ளியப்பன், சூழலியல், அறிவியல் துறைகள் சார்ந்து குழந்தைகளுக்கும் பெரியவர்களுக்கும் தொடர்ச்சியாக எழுதிவருகிறார். 'சிட்டு', 'கொதிக்குதே கொதிக்குதே', 'எனைத் தேடி வந்த சிற்றுயிர்கள்', 'வாவுப் பறவை', 'கிரெட்டா துன்பர்க்' உள்ளிட்ட அவருடைய சூழலியல் நூல்கள் குறிப்பிடத்தக்கவை. சூழலியல், அறிவியல், சிறார் சார்ந்து 10க்கும் மேற்பட்ட நூல்களையும் 20க்கும் மேற்பட்ட மொழிபெயர்ப்புகளையும் செய்துள்ளார்.

தொடர்புக்கு: amithatamil@gmail.com